ದೈವ ಸಾಕ್ಷಾತ್ಕಾರ ಮತ್ತು ಪವಾಡಗಳು

ನಾಗರಾಜ ಆರ್. ಕುಂಬಾರ

ಹಿರೂರು ಬಿ ಗ್ರಾಮದ ಶ್ರೀ ಹುಲಿಕಂತೇಶ್ವರದ ಎಲ್ಲಾ ಭಕ್ತರಿಗೆ ಸಮರ್ಪಣೆ

ಪರಿವಿಡಿಗಳು

ಮುನ್ನುಡಿ

ಬಹುಪ್ರಸಿದ್ಧಿ ಪಡೆದ ಪುರಾತನ ಪುರ ಹೇರೂರ. ಬಿ. ಗ್ರಾಮ

ಹುಲಿಕಂಠೀಶ್ವರ ನೆಲೆಸಿದ ಪರಮಪವಿತ್ರ ಧಾಮ

ಸಕಲ ಜೀವಾತ್ಮರಿಗೆ ಲೇಸನೆ ಬಯಸಿ ಭುವಿಗೆ ಬಂದ ಮಹಿಮೆ

ಮಂಗಳ ಸರುಪಿ ಲೆಕ್ಕವಿಲ್ಲದೆ ಅದೆಷ್ಟೋ ಲೀಲೆಗ್ಗೆದ ಮಹಾತ್ಮ

ಸಾಠಿ ಯಾರು ಈತನಿಗೆ ಸಲ್ಲಿಸುತ್ತಿರುವೆನು ಕೋಟಿ ಕೋಟಿ ಪ್ರಣಾಮ

ಪ್ರೀತಿ ವಿಶ್ವಾಸದಿಂದ ಬಂದ ಭಕ್ತರಿಗೆ ಅಭಯ ನೀಡುವ ಅಪ್ರತಿಮ

ಶಾಶ್ವತ ಸುಖ ಕೊಡುವಲ್ಲಿ-ಮೇಣ್ ಮೇಣ್- ಸಿರಿಸಂಪತ್ತು ನೀಡುವುದರಲ್ಲಿ-ನಿಸ್ಸೀಮ

ಪಾರಮಾರ್ಥ ಪಥ ತೋರಲವತರಿಸಿದ ಉಧ್ಯಮರೋಳ್ಉದ್ದಾಮ

ನಾನಿನೆಂಬ ನಿಮ್ಮ ಗುಣ ತೊರೆಯಿರೆಂದು ಉಸುರಿದನು ಧೀಮ

ನಗೆಬೀರುತ ಹಗೆ ಮರೆತು ಭವದೋಳ್ ಬಾಳಿರಂದ-ಭೀಮ

ನಮನ ನಮನ ನಮನ.

ಅಧ್ಯಾತ್ಮದ ಆಸ್ತಿಕ ಮತವನ್ನು ಆಧಿಕ್ಯಗೊಳಿಸಲು-ನಾಸ್ತಿಕವಾದವನ್ನು ನಿರ್ನಾಮಗೊಳಿಸಲು ಅವನಿಯೋಳ್ ಆವಿರ್ಭವಿಸಿದ-ಹೇರೂರ (ಬಿ) ಗ್ರಾಮದ-ಲೀಲಾಮೂರ್ತಿ ಹುಲಿಕಂಠೀಶ್ವರನ ದಿವ್ಯ ಚರಿತೆಯನ್ನು ನಾನಾ ಕಡೆಯಿಂದ ಪರಿಶೋಧಿಸಿದ ಲೇಖಕ ನಾಗರಾಜ ಕುಂಬಾರರವರು ಪ್ರಯತ್ನ ಮೆಚ್ಚುವಂಥಾದ್ದು. ಕಾಡಿದವರಿಗೆ ಕಾಂಚನಾದಿಗಳನಿತ್ತು-ಬೇಡಿದವರಿಗೆ ಬೇಡಿದುದನಿತ್ತ-ಹುಲಿ ಕಂಠೀಶ್ವರನ ಭವ್ಯ ದಿವ್ಯ ಪವಾಡಗಳನು ನವ್ಯ ಸಾಹಿತ್ಯದಿಂದ ಅಳವಡಿಸಿದ ಕವಿಯ ಶ್ರಮವು ಸಾರ್ಥಕವಾಗಿದೆ ಎಂದು ಧಾರಾಳವಾಗಿ ಹೇಳಬಹುದು- ನಮ್ಮೀ ಕಥಾನಾಯಕನಾದ ಹುಲಿಕಂಠೀಶ್ವರನ ಅವತಾರವಾದದ್ದು ನಾಲ್ಕು ನೂರು ವರುಷಗಳಾಚೆ ದೇವಾನುದೇವತೆಗಳು. ಶರಣ-ಶರಣಿಯರು ನಂತರು. ಮಹಾತ್ಮರು ಅವತಾರಿ ಪುರುಷರು. ಭವಕ್ಕೆ ಬಂದ ತಾತ್ಪರ್ಯವೇನೆಂದು ಅವಲೋಕನಮಾಡಿದ್ದಾಗ-ಭಗವದ್ಗೀತೆಯ ಪಾರ್ಥನಿಗೆ ಬೋಧಿಸಿದ ಶ್ರೀ ಕೃಷ್ಣನ ಮಾತೊಂದು ನೆನಪಾಗುವುದು. ಅದೆನೆಂತೆಂದೊಡೆ-ಯದಾ ಯದಾಹಿ-ಧರ್ಮಸ್ಯಗ್ಲಾನಿರ್ಭವತಿ ಭಾರತ, ಅಭ್ಯತ್ಥಾನಂ ಧರ್ಮಸ್ಯ-ತದಾತ್ಮಾನಂ ಸೃಜಾಮ್ಯಹಂ= ಪವಿತ್ರಾಣಾಯಃ ಸಾಧುನಾಂ ವಿನಾಶಾಯ ಚ ದುಷ್ಕೃತಾಮ ಧರ್ಮ ಸಂಸ್ಥಾಪನಾರ್ಥಾಯ; ಸಂಭವಾಮಿ ಯುಗೇಃ ಯುಗೇ ಎಂದು ಸಾರಿದ ಶ್ಲೋಕಾರ್ಥ –ದುಷ್ಟಾಘ ಶಿಕ್ಷಣ-ಶಿಷ್ಟಾಘ ರಕ್ಷಣ-ಕಷ್ಟೌಕ್ತ ತಕ್ಷಣ- ದುಷ್ಕರ ಮರ್ದನ-ಶಿಷ್ಟರ ಪರಿಪಾಲನ-ನಂಬಿದವರಿಗೆ ದರ್ಶನ –ಈ ಕಾರ್ಯ ನಾನು ಯು ಯುಗಾಂತರದಿಂದಲು ಮಾಡುತ್ತಲಿದ್ದೇನೆಂದು ಮಾಧವನು ಮಧ್ಯಮ ಪಾಂಡವನಿಗೆ ಉಸುರಿದ ಈ ಮಾತು ಸರ್ವಲೋಕಕ್ಕು ಸರ್ವ ಧರ್ಮಕ್ಕು ಅನ್ವಯವಾಗುವಂಥಾದ್ದು. ಅದರಂತೆ ನಮ್ಮ ಹೇರೂರ (ಬೀ0 ಗ್ರಾಮದ ಚಿನ್ಮಯ ಮೂರ್ತಿ ಚಿಪ್ಪೆಯ ರೂಪದಿಂದ ಚೋರರಿಗೆ ಸಿಕ್ಕ ಸಂಗತಿಯನ್ನು ಸಾಹಿತಿಗಳಾದ ನಾಗರಾಜ ಕುಂಬಾರರವು ಸ್ವಾರಸ್ಯವಾಗಿ ಸೌರ ಸ್ವತಃ ಲೋಕಕ್ಕೆ

ಸಮರ್ಪಣೆ ಮಾಡಿ ಸ್ತುತ್ಯಾರ್ಹವಾಗಿದ್ದಾರೆ. ಇದೇ ರೀತಿ ಇನ್ನು ಅನೇಕಾನೇಕ ಉದ್ದಾಮ ಗ್ರಂಥಗಳು ರಚಿಸಿ ಕನ್ನಡಮ್ಮನ ಸೇವೇ ಸದಾ ಕಾಲ ಮಾಡಿ ಧನ್ಯರಾಗಲೆಂದಾಶಿಸಿದ ಜನಪದ ಕಲಾವಿದ

ಶುಭಂ-ಭದ್ರಂ-ಮಂಗಲಂಪೇಶ

ಅಮೃತೇಶಕಲಶೆಟ್ಟಿ.ಜನಪದ ಕಲಾವಿದ

ಶಿರೂರ- ವಾಸ್ತವ್ಯ ಕಲಬುರ್ಗಿ

ಪ್ರಸ್ತಾವನೆ

ಲೇಖಕರ ಮನದಾಳದ ಮಾತು

ಮತ್ತೊಮ್ಮೆ ನಿಮ್ಮ ಮುಂದೆ ಮತ್ತೊಂದಿಷ್ಟು ಅಂದರೆ ಹುಲಿಕಂಶೇಶ್ವರ ಪವಾಡ ಕಥೆಗಳ ಮೂಲಕ ಬಂದು ಮಾತನಾಡುವಾಗ ನನಗೆ ಒಂದಿಷ್ಟು ಖುಷಿ ಹಾಗೆಯೇ ಸಂಕೋಚ ಕೂಡ ಆಗುತ್ತಿದೆ.

ನನ್ನ ಪ್ರಥಮ ಕವನಸಂಕಲನ "ಬದುಕಿನ ದಾರಿಯಲ್ಲಿ ಪ್ರೀತಿ". ಹಿಂದೆ ಸ್ವಂತ ಸುಖಿ ಪ್ರಕಾಶನದ ಮೂಲಕ ಹೊರಬಂದಾಗ ಒಬ್ಬ ಬರಹಗಾರನ ರೂಪದಲ್ಲಿ ಗುರುತಿಸಲು ಶುರುವಾಯಿತು. ನೀವು ಕೊಟ್ಟ ಪ್ರೀತಿ ಹಾಗೂ ಪ್ರೇರಣೆಯಿಂದ ನಾನು ಸುಮಾರು ಐದು ವರ್ಷಗಳಿಂದ ಕನ್ನಡ ಭಾಷೆಯಲ್ಲಿ ಹಲವಾರು ಕವನಗಳು ಹಾಗೂ ಲೇಖನಗಳು ಬರೆಯುತ್ತಾ ಬಂದಿದ್ದೇನೆ.

ಹಾಗೆಯೇ, ನನ್ನ ಎರಡನೇ ಕೃತಿಯಾದ ಈ "ನಮ್ಮೂರ ಹುಲಿಕಂಶೇಶ್ವರ ಪವಾಡಗಳು" ಪುಸ್ತಕ ಹೊರಬರುತ್ತಿರುವುದು ಒಂದು ಸಂತೋಷದ ವಿಷಯ. ಕಲಬುರಗಿ ಜಿಲ್ಲೆಯ ಫರತಾಬಾದ ಪಟ್ಟಣದಿಂದ ಸುಮಾರು 30 ಕಿ.ಮೀ. ದೂರದಲ್ಲಿ ಹೇರೂರ (ಬಿ) ಎಂಬ ಗ್ರಾಮದಲ್ಲಿದೆ. ಇಲ್ಲಿ ಮನೆ ದೇವರಾಗಿರುವ ಶ್ರೀ ಹುಲಿಕಂಶೇಶ್ವರ ದೇವಸ್ಥಾನವಿದೆ. ಆ ಹುಲಿಕಶೇಶ್ವರರು ಹೇರೂರು ಗ್ರಾಮದಲ್ಲಿ ಉದಯಿಸಿ, ಅಲ್ಲೇ ನೆಲೆ ನಿಂತು ಊರ ಭಕ್ತರ ಜನರಿಂದ ಪೂಜೆಗೊಳ್ಳುತ್ತಿದ್ದುದು ಅಲ್ಲದೆ ಸುತ್ತಮುತ್ತಲಿನ ಗ್ರಾಮಗಳಲ್ಲಿ ಕೂಡಾ ಪ್ರಚಲಿತ ಪಡೆದಿದೆ. ಇಂತಹ ಪವಿತ್ರ ಸ್ಥಳದಲ್ಲಿ ನಾನು ಮಧ್ಯಮ ಕುಟುಂಬದಲ್ಲಿ ಜನಿಸಿ ಇಲ್ಲಿನ ನೆಲ, ನುಡಿ ಹಾಗೂ ಸಂಸ್ಕೃತಿ ಇವುಗಳನ್ನು ಪರಿಚಯಿಸುವಲ್ಲಿ ನನಗೆ ತುಂಬಾ ಸಂತೋಷವಾಗುತ್ತಿದೆ.

ಬದುಕು ಎಂಬುದು ಮನುಷ್ಯನಿಗೆ ದೇವರು ಕೊಟ್ಟ ಒಂದು ಅಮೂಲ್ಯವಾದ ಕೂಡುಗೆಯಾಗಿದೆ. ಅದನ್ನು ಸೃಜನಶೀಲ ಮತ್ತು ಕಲಾತ್ಮಕವಾಗಿ ಸುಂದರ ಬದುಕು ಸೃಷ್ಟಿಸಬೇಕಾಗಿರುವುದು ಮಾನವನ ಬುದ್ಧಿ ಚಾತುರ್ಯ ಶ್ಲಾಘನೀಯವಾದದ್ದು. ಅದಕ್ಕೆ ಮನುಷ್ಯನಿಗೆ ಭಾವನೆ ನಲಿವು ಸಂತಸ ನೋವು ಎಲ್ಲವನ್ನು ಬದುಕಿನಲ್ಲಿ ಪೂರಕವಾಗಿ ಬೆಳೆದು ಬಂದಿರುವಂತಹ ಒಂದು ಸ್ವಾಭಾವಿಕ ಗುಣ. ಮನುಷ್ಯನ ಅಭಿವ್ಯಕ್ತಿ ತನ್ನ ಭಾವನೆಗಳ ಪ್ರತಿಬಿಂಬವಾಗಿದ್ದು ಕಲೆ ಮತ್ತು ಸಾಹಿತ್ಯ ರೂಪದಲ್ಲಿ ಪ್ರಕಟಗೊಳ್ಳುತ್ತವೆ. ಇದರಂತೆ ಪ್ರಾಚೀನ ಕಾಲದಲ್ಲಿ ಇತಿಹಾಸ ಪುಟಗಳಲ್ಲಿ ಮಾನವನ ವಿಕಾಸ ಮತ್ತು ಅಭಿವ್ಯಕ್ತಿ ಇವು ಎರಡೂ ಉಲ್ಲೇಖವಾಗಿವೆ.

ಸುಮಾರು ವರ್ಷಗಳಿಂದ ಹೇರೂರ ಗ್ರಾಮದ ಶ್ರೀ ಹುಲಿಕಂಶೇಶ್ವರ ಪವಾಡಗಳು ನಾನು ಬರಹ ರೂಪಕ್ಕೆ ತರಲು ಭಾವಿಸಿದ್ದೆ. ಆದರೆ ಈ ವಿಷಯಕ್ಕೆ ಯಾವುದೇ ಪುರಾವೆಗಳು ಹಾಗೂ ಘಟಿತ ಘಟನೆಗಳು, ಲೇಖನ ಸ್ವರೂಪದಲ್ಲಿ ಲಭ್ಯವಿಲ್ಲದ ಕಾರಣ ಅದನ್ನು ಸಂಗ್ರಹಿಸಲು

ಪ್ರಯತ್ನಿಸುತ್ತಿದ್ದೆ. ಅದರಂತೆ ನಾನು ಹೇರೂರ (ಬಿ) ಊರಿನ ಕೆಲವು ಹಿರಿಯ ಜನರ ಅಭಿಪ್ರಾಯಗಳನ್ನು ಪಡೆದು ನನ್ನ ಈ ಕೆಲಸಕ್ಕೆ ಶ್ರೀ ಗಣೇಶ ನೀಡಿದ್ದೇನೆ. ಹೇರೂರ (ಬಿ) ನನ್ನ ಹುಟ್ಟೂರು. ಮಹಾರಾಷ್ಟ್ರ ರಾಜ್ಯ ಪುಣೆಯಿಂದ ನಾನು ನನ್ನ ಅಧ್ಯಯನ ಮುಗಿಸಿ ನನ್ನ ಜನ್ಮಸ್ಥಳವಾದ ತಾಯಿನಾಡಿಗೆ ಮರಳಿದೆ. ಇಲ್ಲಿನ ಜನರ ನಡೆ ನುಡಿ ಹಾಗೂ ಸಂಪ್ರದಾಯಗಳು ನನ್ನ ಮನಸ್ಸಿಗೆ ಅಪಾರವಾದ ಸಂತೋಷ ನೀಡಿದವು.

ಇದೇ ಗ್ರಾಮದ ಶಿವರಾಯ ಪೂಜಾರಿ ಇವರಿಂದ ಮೊದಲನೇ ಸಲ ಭೇಟಿಯಾದಾಗ ಶ್ರೀ ಹುಲಿಕಂಠೇಶ್ವರ ಪವಾಡಗಳು ಕುರಿತು ಚರ್ಚಿಸಿದೆ. ಆ ನಂತರ ಅದನ್ನು ಸಂಗ್ರಹಿಸಿ ಒಂದು ಬರಹ ರೂಪಕ್ಕೆ ತರಲು ಅವರಿಂದ ನೆರವು ಪಡೆದೆ. ಜೊತೆಗೆ ಸಾಧ್ಯವಾದಷ್ಟು ಜನರ ಮತ್ತು ನನ್ನ ಕುಟುಂಬದವರಿಂದ ಹಲವಾರು ಮಾರ್ಗದರ್ಶನ ಪಡೆದು ಈ ಪುಸ್ತಕವನ್ನು ಕೃತಿಯ ರೂಪಕ್ಕೆ ತರಲು ಸಾಧ್ಯವಾಯಿತು.

ಇಂತಹ ಶುಭಕಾರ್ಯದಲ್ಲಿ ನನ್ನ ಪ್ರತಿ ಹೆಜ್ಜೆ-ಹೆಜ್ಜೆಗೆ ನನಗೆ ಮಾರ್ಗದರ್ಶಕರಾಗಿ ಹಾಗೂ ಪ್ರತಿಕಾರ್ಯದಲ್ಲೂ ಸಹಾಯಕರಾಗಿ ನಿಂತಿರುವ ನನ್ನ ಹಿತೈಷಿಗಳಾದ ಹಾಗೂ ಶುಭಚಿಂತಕರಾದ ಶ್ರೀ ಸುನೀಲ ಚೌಧರಿ, ರವೀಂದ್ರ ಕುಮಾರ ಬಿರಾದಾರ, ಶ್ರೀ ಸುರೇಶ ಪಾಟೀಲ್ ಪ್ರಾಂಶುಪಾಲರು, ಶ್ರೀ ಗುರುನಾಥ ಕೋಡ್ಲೆ, ಚಿತ್ರ ಕಲಾವಿದರು, ಶ್ರೀ ರಮೇಶ ಜೋಶಿ, ಶ್ರೀ ಈರಣ್ಣ ಕುಂಬಾರ ಭೂಸನೂರ, ಶ್ರೀ ಶೇಖಣ್ಣ ಪೂಜಾರಿ ಹೇರೂರ ಹಾಗೂ ಈ ಕೃತಿಗೆ ಸಂಪೂರ್ಣವಾಗಿ ಆಕಾರ ನೀಡಲು ಬೆಂಬಲ ನೀಡಿದ ಗೌರಿ-ಗಣೇಶ ಪ್ರಕಾಶಕರಾದ ಶ್ರೀ ರೇಣುಕಾಚಾರ್ಯ ಸ್ಥಾವರಮಠ ಇವರಿಗೂ ಕೂಡಾ ನಾನು ಇಲ್ಲಿ ಸ್ಮರಿಸುತ್ತೇನೆ.

ಈ ಕೃತಿ ಹೊರಗೆ ಬರಲು ಪ್ರೇರಣೆಯಾಗಿ ಆಶೀರ್ವಾದ ನೀಡಿ, ನನಗೆ ಸಂಪೂರ್ಣ ಬೆಂಬಲ ನೀಡಿದ ನನ್ನ ತಾಯಿ ಈರಮ್ಮ ಹಾಗೂ ತಂದೆ ಶ್ರೀ ರೇವಣಸಿದ್ದಪ್ಪ ಕುಂಬಾರ, ನನ್ನ ಸಹೋದರರಾದ ಸಿದ್ದಾರಾಮ, ಶ್ರೀಶೈಲ ಹಾಗೂ ನನ್ನ ಎಲ್ಲಾ ಕುಟುಂಬದ ಸದಸ್ಯರಿಗೆ ನನ್ನ ಹೃತ್ಪೂರ್ವಕ ನಮನಗಳು. ಇದೇ ಸಂದರ್ಭದಲ್ಲಿ ನಾನು ಒಂದು ವಿಷಯವನ್ನು ಹೇಳಲು ಇಷ್ಟಪಡುತ್ತೇನೆ. ಇದೇ ಊರಿನಲ್ಲಿ ನಮ್ಮ ತಾತ ಶ್ರೀ ರುದ್ರಪ್ಪ ಕುಂಬಾರ ಇವರು ಹೇರೂರ ಗ್ರಾಮದ ಒಬ್ಬ ಹೆಸರಾಂತ ಶಿಕ್ಷಕರಾಗಿದ್ದರು. ಅವರಿಗೆ ಶಿಕ್ಷಣ ಕುರಿತು ನಿಷ್ಠೆ, ಭಕ್ತಿ ಹಾಗೂ ಕಲೆಯ ಕುರಿತು ಅಪಾರವಾದ ಶ್ರದ್ಧೆ ನಿಜಕ್ಕೂ ಶ್ಲಾಘನೀಯವಾಗಿತ್ತು. ನಾನು ಈ ಕೃತಿಯನ್ನು ನನ್ನ ತಾತ ಶ್ರೀ ರುದ್ರಪ್ಪ ಕುಂಬಾರ ಅವರಿಗೆ ಅರ್ಪಿಸಲು ಬಯಸುತ್ತೇನೆ. ಈ ಕೃತಿಯು ಹೊರಬರುತ್ತಿರುವುದು ನಮ್ಮ ಎಲ್ಲಾ ಊರ ಜನರಿಗೆ ಹಾಗೂ ನನ್ನ ಕುಟುಂಬದ ಎಲ್ಲಾ ಸದಸ್ಯರಿಗೆ ಒಂದು ಹೆಮ್ಮೆಯ ವಿಷಯ.

ನಾಗರಾಜ ಆರ್. ಕುಂಬಾರ
ಚಿತ್ರಕಲಾವಿದರು ಮತ್ತು ಲೇಖಕರು

ಅನಿಸಿಕೆ:

ಯುವ ಕಲಾವಿದ ನಾಗರಾಜ ಕುಂಬಾರವರು, ಕಲಬುರಗಿ ಜಿಲ್ಲೆಯ ಹೇರೂರ (ಬಿ) ಗ್ರಾಮದಲ್ಲಿ ಜನಿಸಿದರು. ಮಹಾರಾಷ್ಟ್ರದ ಪೂನೆಯಲ್ಲಿ ಮರಾಠಿ ಮಾಧ್ಯಮದಲ್ಲಿ ಶಿಕ್ಷಣ ಪಡೆದು ಹಾಗೇ ಚಿತ್ರಕಲೆಯಲ್ಲಿ ಹೆಚ್ಚಿನ ಆಸಕ್ತಿ ತೋರಿದರು. ತನ್ನ ಕುಂಚದ ಕಲೆಯಿಂದ ಹಲವಾರು ಚಿತ್ರಗಳನ್ನು ರಚಿಸಿ, ಜನ ಮೆಚ್ಚುಗೆ ಪಡೆದುಕೊಂಡಿದ್ದಾರೆ. ರಾಜ್ಯ ಮಟ್ಟದ ಚಿತ್ರ ಕಲಾಪ್ರದರ್ಶನದಲ್ಲಿ ಅವರು ಬಿಡಿಸಿದ ಚಿತ್ರಗಳು ಪ್ರಶಂಸೆಗೊಳಗಾಗಿವೆ. ಅವರ ಚಿತ್ರಕಲೆಯಲ್ಲಿನ ಇಚ್ಛಾಶಕ್ತಿಯ ಫಲವೇ 2011 ರಲ್ಲಿ ಕಲಬುರಗಿ ವಿಶ್ವವಿದ್ಯಾಲಯದವರು ಏರ್ಪಡಿಸಿದ "ಉತ್ತಮ ಕಲಾಕೃತಿ" ಎಂಬ ಚಿತ್ರಕಲೆಯ ಸ್ಪರ್ಧೆಯಲ್ಲಿ ಅತ್ಯುತ್ತಮವಾಗಿ ಚಿತ್ರ ಬಿಡಿಸಿದ ನಾಗರಾಜ ಅವರು ರಾಜ್ಯೋತ್ಸವ ಪ್ರಶಸ್ತಿಗೆ ಭಾಜನರಾದರು. ನಾಗರಾಜಗೆ ಅಭಿನಂದನೆಗಳು,ಅವರು ಕಲೆಗಷ್ಟೇ ಸೀಮಿತನಾಗಿರದೇ ಸಾಹಿತ್ಯದಲ್ಲೂ ಆಸಕ್ತಿ ಹೊಂದಿದವರು. ಮರಾಠಿಯಲ್ಲಿ ಒದು ಬರಹ ಮುಗಿಸಿದರೂ ಸಹ "ಬದುಕಿನ ದಾರಿಯಲ್ಲಿ ಪ್ರೀತಿ" ಎಂಬ ಕವನ ಸಂಕಲನ ರಚಿಸಿ ಸಾಹಿತ್ಯ ಕ್ಷೇತ್ರಕ್ಕೆ ಎಂಟ್ರಿ ಕೊಟ್ಟರು.ಅವರಿಗೆ ಮತ್ತೊಮ್ಮೆ ಅಭಿನಂದನೆಗಳು.ಅಷ್ಟೆ ಅಲ್ಲದೆ ಚಿತ್ರಕಲಾವಿದರಾಗಿ, ಬರಹಗಾರನಾಗಿ ಮತ್ತುಚಿತ ರಂಗನಟ, ಚಿತ್ರನಿರ್ದೇಶಕರು ಹಾಗೂ ಹಲವಾರು ಕಿರುಚಿತ್ರಗಳೂ ಕುಡಾ ರಚಿಸಿದ್ದಾರೆ.

ಹಲವಾರು ಚಲನಚಿತ್ರಗಳಲ್ಲಿ ನಟಿಸಿದ್ದಾರೆ.ಇಂಥಬಹುಮುಖಿ ಪ್ರತೀಭಾಂತ ಕಲಾವಿದರಾಗಿ ಶಿಖರಂತೆ ಬೆಳೆಯುತ್ತಿದ್ದಾರೆ.ನಾಡಿಗೆ ಒಂದು ಮಾದರಿಯಾಗಲಿ.

ತನ್ನ ಹುಟ್ಟೂರಿನ ಬಗ್ಗೆ ಅಪಾರ ಕಾಳಜಿ ಹೊಂದಿದ ನಾಗರಾಜ, ತನ್ನೂರಿನ ಪರಿಚಯ, ಅಲ್ಲಿನ ಎಲ್ಲ ಸಮುದಾಯದ ಜನರ ಕುರಿತು ಮತ್ತು ಅಲ್ಲಿನ ಪ್ರಮುಖ ದೇವಸ್ಥಾನಗಳಲ್ಲೊಂದಾದ, ಹುಲಿಕಂಠೇಶ್ವರ ಚರಿತ್ರೆ, ಪವಾಡ, ಮಹಿಮೆಗಳನ್ನೊಳಗೊಂಡಂತೆ, ಶುದ್ಧ ಗ್ರಾಮೀಣ ಸೊಗಡಿನಲ್ಲಿ, ಸಂಪೂರ್ಣ ಮಾಹಿತಿ ನೀಡಲು ಪ್ರಯತ್ನಿಸಿದ್ದಾರೆ. ಅವರ ಪ್ರಯತ್ನಕ್ಕೆ ಯಶಸ್ಸು ದೊರೆಯಲಿ ಹಾಗೂ ಅವರ ಈ ಕೃತಿ ಜನರು ಕೊಂಡು ಓದುವಂತಾಗಲಿ ಎಂದು ಶುಭ ಹಾರೈಸುವೆ.

ಶ್ರೀ ರಮೇಶ ಜೋಶಿ
ಸಂಗೀತ ನೀರ್ದೇಶಕರು ಮತ್ತು ಗಾಯಕರು

1
ಹೇರೂರ್'ಬಿ'ಗ್ರಾಮಕ್ಕೆ ಹೋಗುವ ದಾರಿ.

ಕಲಬುರಗಿ-ಶ್ರೀರಂಗಪಟ್ಟಣ ರಾಷ್ಟ್ರೀಯ ಹೆದ್ದಾರಿಯಲ್ಲಿ ಕಲಬುರಗಿಯಿಂದ ಸುಮಾರು 20 ಕಿ.ಮೀ. ದೂರದ ಅಂತರದಲ್ಲಿ ಒಂದು ಫರತಾಬಾದ ಪಟ್ಟಣ ಬರುತ್ತದೆ. ಈ ಫರತಾಬಾದ್‌ದಿಂದ ಬಲಭಾಗಕ್ಕೆ ಸುಮಾರು 25 ಕಿ.ಮೀ. ಅಂತರದಲ್ಲಿ ಹೇರೂರ (ಬಿ) ಗ್ರಾಮ ಬರುತ್ತದೆ. ಫರತಾಬಾದ ಪಟ್ಟಣದಿಂದ ಹೇರೂರ ಗ್ರಾಮಕ್ಕೆ ಹೋಗುವ ಹಾದಿಯಲ್ಲಿ ಹಾಗರಗುಂಡಗಿ, ಕವಲಗಾ,ಬಸವ ಪಟ್ಟಣ ಮತ್ತು ಬಳಗುಂಪಾ ಮುಂತಾದ ಗ್ರಾಮಗಳು ಬರುತ್ತವೆ. ಅದರಲ್ಲಿ ಹೇರೂರ ಗ್ರಾಮಕ್ಕೆ ಹತ್ತಿರವಾದ ಈ ಬಳಗುಂಪಾ ಗ್ರಾಮದಲ್ಲಿ ಒಂದು ಪ್ರಾಚೀನ ಶಂಕರಲಿಂಗ ದೇವಸ್ಥಾನವಿರುವುದು. ಇದು ಕಲ್ಯಾಣ ಚಾಲುಕ್ಯರಿಂದ ನಿರ್ಮಾಣವಾಗಿದ್ದು ಬೃಹತ್ ಪ್ರಾಚೀನ ಸ್ಮಾರಕವಾಗಿದೆ. ಬಳಗುಂಪಾ ಗ್ರಾಮವು ಧಾರ್ಮಿಕ ಮತ್ತು ಐWಹಾಸಿಕ ಪ್ರಚಲಿತ ಹೊಂದಿದೆ. ಹುಲಿಕಂದಿ ದೇವಸ್ಥಾನಕ್ಕೆ ಬರುವ ಎಲ್ಲಾ ಭಕ್ತಾದಿಗಳು ಶಂಕರಲಿಂಗ ದೇವಸ್ಥಾನಕ್ಕೆ ಹೋಗಿ ತಪ್ಪದೇ ದರುಶನ ಪಡೆಯುತ್ತಾರೆ. ಹೇರೂರ (ಬಿ) ಗ್ರಾಮದ ಪಶ್ಚಿಮ ದಿಕ್ಕಿನಲ್ಲಿ ಒಂದು ನದಿ ಹರಿಯುತ್ತದೆ, ಅದುವೆ ಭೀಮಾ ನದಿ. ಮಹಾರಾಷ್ಟ್ರದ ಪುಣೆಯ ಜಿಲ್ಲೆ ಶ್ರೀ ಕ್ಷೇತ್ರ ಭೀಮಾಶಂಕರನಲ್ಲಿ ಹುಟ್ಟಿಕೊಂಡು ಭೀಮಾನದಿ ಎಂದು ನಾಮಕರಣೆಗೊಂಡು ಮುಂದೆ ದಕ್ಷಿಣ ದಿಕ್ಕಿಗೆ ಹರಿಯುತ್ತ ಕೃಷ್ಣಾ ನದಿ ಎಂದು ಹೆಸರು ಪಡೆಯುತ್ತದೆ. ಯಾವ ಯಾವ ಊರಿನಲ್ಲಿ ಹರಿಯುತ್ತದೆಯೋ ಆ ಗ್ರಾಮಕ್ಕೆ ಶ್ರೀ ಕ್ಷೇತ್ರ ಎಂದು ಕರೆಯಲಾಗುತ್ತದೆ. ಅದಕ್ಕೆ ಈ ಗ್ರಾಮಕ್ಕೆ ಸುಕ್ಷೇತ್ರ ಹೇರೂರ ಗ್ರಾಮವೆಂದು ಕರೆಯಲ್ಪಟ್ಟಿದೆ.

2

ಹೇರೂರ ಗ್ರಾಮದ ಐತಿಹಾಸಿಕ ಹಿನ್ನಲೆ ಹಾಗೂ ಕಿರು ಪರಿಚಯ.

ಬಹಳ ಪ್ರಾಚೀನತೆ ಹೊಂದಿರುವ ಈ ಗ್ರಾಮದಲ್ಲಿ ಒಂದು ಬೃಹತ್‌ವಾದ ಘೂಡ್ಯಾವಿದ್ದು ಇಲ್ಲಿ ಐತಿಹಾಸಿಕ ಮಹತ್ವವುಳ್ಳ ಕಾವಲು ಗೋಪುರಗಳು ಹಿಂದೊಮ್ಮೆ ಇಡೀ ಸಾಮ್ರಜ್ಯವನ್ನೇ ಕಾಯುತ್ತಿದ್ದ ಶತಮಾನಗಳ ಇತಿಹಾಸ ಹೊಂದಿರುವ ಪುರಾತನ ಘೂಡ್ಯಗಳು ಸೂಕ್ತ ರಕ್ಷಣೆವಿಲ್ಲದೆ ದಿನದತ್ತ ಸಾಗುತ್ತದೆ. ಕಲಬುರಗಿ ಜಿಲ್ಲೆಯಲ್ಲಿರುವ ಕಲ್ಯಾಣ ಚಾಲುಕ್ಯರು, ರಾಷ್ಟ್ರಕೂಟರು, ಬಹಮನಿ ಸುಲ್ತಾನರು, ಆದಿಲ್ ಶಾಹಿಗಳು, ಹೈದರಾಬಾದ ಅಸಿಫ್ ಶಾಹಿ ಮನೆತನದ ನಿಜಾಮರು ಆಳ್ವಿಕೆ ನಡೆಸಿರುವ ಈ ಪ್ರದೇಶದಲ್ಲಿ ಅನೇಕ ಕೋಟೆ, ಕೊಟ್ಟರಗಳು ಅವುಗಳ ಸಂರಕ್ಷಣೆಗಾಗಿ ನಿರ್ಮಿಸಲ್ಪಟ್ಟ ಕಾವಲು ಗೋಪುರ, ಹೂಡೆಗಳು ಇಂದು ಅವಸಾನದ ಅಂಚಿನಲ್ಲಿವೆ. ಈ ಗ್ರಾಮಕ್ಕೆ ಸುತ್ತಮುತ್ತಲು ಕೋಟೆ ಇತ್ತು ಎಂದು ಹೇಳಬಹುದು. ಈ ಊರಿನ ಮುಖ್ಯ ದ್ವಾರ ಇದನ್ನು ಸಾಮಾನ್ಯವಾಗಿ ಅಗಸಿ, ಅಗಸೆ, ಅಗಸಿ ಬಾಗಿಲು, ಅಗಸೆ ಗೋಪುರ, ಅಗಸೆ ಹೆಬ್ಬಾಗಿಲು, ಮಹಾದ್ವಾರ ಇತ್ಯಾದಿ ಹೆಸರುಗಳಿಂದ ಕರೆಯುವುದುಂಟು. ಹಿಂದೆ ಬಹುಪಾಲು ಹಳ್ಳಿಗಳಿಗೆ ಕೋಟೆಗಳಿರುತ್ತಿದ್ದು ಈ ಕೋಟೆ ಮುಖ್ಯ ದ್ವಾರವೇ ಊರಿನ ಪ್ರಮುಖ ಹೆಬ್ಬಾಲವಾಗಿತ್ತು. ಅದು ಊರಿನ ಗಡಿ ರೇಖೆಯನ್ನು ಸೂಚಿಸುತ್ತಿತ್ತು. ಈಗ ಊರಿನ ಮುಂದೆ ಮುಖ್ಯ ದ್ವಾರಕ್ಕೆ ಕಟ್ಟಿದ ಕಮಾನ ಕೃತಿಯ ಗೋಡೆಯನ್ನೆ ಅಗಸಿಯಿಂದ ಕರೆಯುತ್ತಿದ್ದಾರೆ. ಈ ಅಗಸಿ ಸ್ಥಳ ಊರಿನ ಸಾಂಸ್ಕೃತಿಕ ಬದುಕಿನ ಒಂದು ಭಾಗವಾಗಿತ್ತು. ಗ್ರಾಮಗಳ ಮಂಗಳ, ಅಮಂಗಳ ಕಾರ್ಯಗಳ ಪ್ರದೇಶ ಹಾಗೂ ನಿರ್ಗಮನದ ಪ್ರಮುಖ ಸ್ಥಳವಾಗಿತ್ತು. ಮದುವೆ ಸಂದರ್ಭದಲ್ಲಿ ಬರುವ ದಿಬ್ಬನ ದೇವತೆಗಳ ಆಗಮನ, ನಿರ್ಗಮನ ಈ ಅಗಸಿ ದ್ವಾರದ ಮೂಲಕವೇ ನಡೆಯುತ್ತಿತ್ತು. ಉಗ್ರ ದೇವತೆಗಳು ಊರಿನಲ್ಲಿ ಪ್ರವೇಶಿಸುವ

ಪೂರ್ವದಲ್ಲಿ ಹಾಗೂ ಪ್ಲೇಗು, ಕಾಲರಾ ಮುಂತಾದ ಕಾಯಿಲೆಗಳನ್ನು ತರುವ ದೇವರುಗಳನ್ನು ಸಂತೃಪ್ತಪಡಿಸುವ ಸಂದರ್ಭದಲ್ಲಿ ಆಡು, ಹೋತಾ, ಕೋಳಿ, ಕುರಿ ಇತ್ಯಾದಿಗಳನ್ನು ಬಲಿಕೊಡುವ ಪ್ರಮುಖ ಸ್ಥಳವೇ ಅಗಸಿಯಾಗಿತ್ತು. ಪ್ರಾಕೃತಿಕ ದೃಷ್ಟಿಯಲ್ಲಿ ಬಯಲನಾಡು ಪ್ರದೇಶ ಹೊಂದಿರುವ ಈ ಗ್ರಾಮದಲ್ಲಿ ಹಲವಾರು ಪ್ರಾಚೀನ ದೇವಾಲಯಗಳು,

ಸ್ಮಾರಕಗಳು ಹಾಗೂ ಶಿಲಾಶಾಸನಗಳು, ಬಲಿದಾನ ಶಿಲ್ಪಿಗಳು ಕೂಡಾ ಇವೆ. ಸುಮಾರು 18 ನೇ ಶತಮಾನಗಳಿಂದಲೂ 36 ಕಂಬಗಳ ಒಂದು ಮಂಟಪವಿದ್ದು ಅದಕ್ಕೆ ಜನರು ಗಣೇಶ ಮಂಟಪ ಎಂದು ಕರೆಯುತ್ತಾರೆ. ಇದು ಪ್ರಾಚೀನ ವರ್ಷಗಳ ಹಿನ್ನಲೆ ಇದ್ದು, ಅನ್ನಛತ್ರ ಮಂಟಪವಾಗಿತ್ತು ಎಂಬುದು ಮಾತು. ಮಂಟಪದ ಒಳಭಾಗದಲ್ಲಿ ಐದು ಅಡಿ ಎತ್ತರವಾದ ಒಂದು ಗಣೇಶನ ವಿಗ್ರಹ ಇರುವುದು. ಅದು ಕೆಲವುಭಾಗ ಅವಸಾನಗೊಂಡಿರುವುದು ಕಂಡುಬರುತ್ತದೆ. ಈ ಮಂಟಪ ಭಾಗಶಃ ಉರುಳಿ ಹೋಗಿದೆ. ಇದೇ ಗ್ರಾಮದಲ್ಲಿ ಇದರಂತೆ ಶ್ರೀ ಸೋಮಲಿಂಗೇಶ್ವರ ದೇವಸ್ಥಾನವಾಗಿದ್ದು ಪ್ರತಿವರ್ಷದಲ್ಲಿ ಶ್ರಾವಣ ಮಾಸದಲ್ಲಿ ಸೋಮಲಿಂಗೇಶ್ವರ ದೇವರ ನಂದಿ ಕೋಲು ಮರೆವಣಿಗೆ ಭಜನೆಪದ ಹಾಗೂ ಡೊಳ್ಳು ಕುಣಿತ ಇತ್ಯಾದಿ ವಿಶೇಷ ಸಾಂಪ್ರದಾಯಿಕ ಆಚರಣೆಗಳು ನಡೆಯುತ್ತವೆ. ಇಲ್ಲಿ ಮಲ್ಲಿಕಾರ್ಜುನ ಹಾಗೂ ಆಂಜನೇಯ ದೇವಸ್ಥಾನಗಳು ಪ್ರಾಚೀನ ಕಾಲದಿಂದಲೂ ಇದಾವೆ.

೧೨

ಹೇರೂರ ಗ್ರಾಮದಲ್ಲಿನ ಒಂದು ಪುರಾತನ ಗಣೆಶಮಂಟಪ

ಹೇರುರ ಗ್ರಾಮದಲ್ಲಿನ ಒಂದು ಪುರಾತನ ಗಣೇಶನ ವಿಗ್ರಹ

ಜಾನಪದ ಕಲಾವಿದರು :

1) ಕುಂಬಾರ ರುದ್ರಪ್ಪ ಮಾಸ್ತರರು.

ಶ್ರೀ ರುದ್ರಪ್ಪ ಹಾಗೂ ಸಿದ್ದಮ್ಮ ಕುಂಬಾರ ಇವರು ಹೇರೂರ (ಬಿ) ಗ್ರಾಮದ ದಂಪತಿಗಳಾಗಿದ್ದರು. ಇವರಿಗೆ ಶ್ರೀ ಶಂಕರ ಲಿಂಗ ಕುಂಬಾರ ಹಾಗೂ ಹಿರಿಯ ಮಗನಾದ ಶ್ರೀ ರೇವಣಸಿದ್ದಪ್ಪ ಕುಂಬಾರ ಇದ್ದಾರೆ. ಅಂದಿನ ಕಾಲದಲ್ಲಿ ನಿಜಾಮ ಸರಕಾರದ ಆಳ್ವಿಕೆಯಾಗಿತ್ತು. ಆಗ ಅವರು ಹೇರೂರ (ಬಿ) ಗ್ರಾಮದಲ್ಲಿ ಮೋಡಿ ಭಾಷೆಯಲ್ಲಿ ಶಿಕ್ಷಣ ಕಲಿಸಲ್ಪಡುತ್ತಿತ್ತು. ಅವರ ಶಿಕ್ಷಣ ಪಂಡಿತ ಹಾಗೂ ಕಲಾ ಪಾಂಡಿತ್ಯವುಳ್ಳವರಾಗಿದ್ದರು. ಜನಪದ ಹಾಡು, ಭಜನೆ ಪದ, ನಾಟಕ, ಸಂಗೀತ ಮುಂತಾದ ಕಲೆಗಳನ್ನು ಮೈಗೂಡಿಸಿಕೊಂಡಿದ್ದರು.

1) ಜಾನಪದ ಕಲಾವಿದ ಭಗವಂತರಾಯ.

ಹೇರೂರ ಗ್ರಾಮಕ್ಕೆ ಬಹುಕಾಲದಿಂದ ವಲಸೆಬಂದಿರುವಂತಹ ಭಗವಂತರಾಯ ಇವರು ಜಾನಪದ ಕಲಾ ಉಳ್ಳವರಾಗಿದ್ದರು. ನಾಟಕಗಳು, ಭಜನೆ ಪದ ಹಾಗೂ ಜಾನಪದ ಹಾಡು ಮತ್ತು ಸಂಗೀತವಾದನ ಮುಂತಾದ ಕಲೆಯನ್ನು ಇವರು ತಿಳಿದವರಾಗಿದ್ದರು. ಇದೇ ಗ್ರಾಮದಲ್ಲಿ ಭಗವಂತರಾಯ ಇವರು ಮಕ್ಕಳಿಗೆ ಅಕ್ಷರ ಜ್ಞಾನ ಕಲಿಸುವಂತಹ ಹವ್ಯಾಸವನ್ನು ಕೂಡಾ ಹೊಂದಿದ್ದರು. ಹಲವಾರು ವರ್ಷಗಳಿಂದ ಕಲೆ ಮತ್ತು ಶಿಕ್ಷಣದಲ್ಲಿ ತಮ್ಮ ಜೀವನವನ್ನೆ ತೊಡಗಿಸಿಕೊಂಡಿರುವ ಬಲವಂತರಾಯ ಇವರು ಇಂದಿನ ಪ್ರಸ್ತುತ ದಿನಗಳಲ್ಲಿ ಗ್ರಾಮದ ಪುರಾತನ ದೇವಾಲಯವಾದ ಗಣೇಶ ಗುಡಿಯಲ್ಲಿ ಆಶ್ರಯ ಪಡೆಯುತ್ತಿದ್ದಾರೆ.

ಈ ಹೇರೂರ ಗ್ರಾಮದಲ್ಲಿ ಹಲವಾರು, ಜಾತಿ ಸಮುದಾಯದವರು ವಾಸವಾಗಿದ್ದು, ಕುರುಬರು, ಲಿಂಗಾಯತರು, ಕಬ್ಬಲಿಗರು, ಮುಸ್ಲಿಂ ಹಾಗು ಹರಿಜನರು ಮುಂತಾದ ಜನ ಸಮುದಾಯವಾಗಿದ್ದು ಈ ಗ್ರಾಮದಲ್ಲಿ ಎಲ್ಲ ಜಾತಿ-ಪಂಥಗಳ ಜನ ಆದಿಕಾಲದಿಂದಲೂ ಇಂದಿಗೂ ನಂಬಿಕೆ, ಭಕ್ತಿ-ಭಾವ ಹಾಗೂ ಅಪಾರ್ ಬಂಧು-ಭಾವ ಇಲ್ಲಿನ ಜನರಲ್ಲಿ ಕಂಡು ಬರುತ್ತದೆ. ಧಾರ್ಮಿಕ ಆಚಾರ-ವಿಚಾರ ಹುಟ್ಟಿ ಬೆಳೆದು ಮುಂದೆ ನಡೆದು ಬಂದಿರುವಂತಹ ಧಾರ್ಮಿಕ ಸಂಪ್ರದಾಯಗಳು ಕೂಡಾ ಇವೆ. ಸಾಮಾನ್ಯವಾಗಿ ಹಾಗೂ ಅಗೋಚರವಾಗಿ ಉಳಿದುಕೊಂಡಿವೆ. ಅದಕ್ಕೆ ಈ ದೇವಾಲಯಗಳು ಮತ್ತೆ-ಮತ್ತೆ ನಿಂತು ಭಕ್ತರಿಗೆ ಕೈ ಬೀಸಿ ಕರೆಯುತ್ತಿವೆ. ಆದರೆ ಅವುಗಳ ಹಿನ್ನೆಲೆಯ ಸ್ವರೂಪ ತಿಳಿದುಕೊಳ್ಳಲು ಸಮಯದ ಅಭಾವ ಕೂಡಾ ಇವತ್ತಿನ ಜನರಲ್ಲಿ ಕಂಡು ಬರುತ್ತಿದೆ. ಆದಕಾರಣ ಇಂತಹ ಅವನತಿ ಸ್ಥಿತಿಯಲ್ಲಿರುವ ಸ್ಮಾರಕಗಳ ಹಾಗೂ ದೇವಾಲಯಗಳ ರಹಸ್ಯ ಮತ್ತೆ ಹೊರಹಾಕಲು ಈ ಪ್ರಯತ್ನ ಅಗತ್ಯವಾಗಿದೆ.

ನಂಬಿಕೆಗಳು ಮತ್ತು ಸಾಂಪ್ರದಾಯಕಗಳು: ಸಾಂಪ್ರದಾಯವು ನಮ್ಮ ಜಾನಪದ ಸಂಸ್ಕೃತಿಯ ಚೆನ್ನೆಲುಬುವಾಗಿದೆ. ಸಮಾಜದ ಎಲ್ಲ ವರ್ಗದ ಗುಂಪಿನ ಜನಾಂಗದಲ್ಲಿಯು ಸಾಂಪ್ರದಾಯಕಗಳು ಕಂಡು ಬರುತ್ತವೆ. ಈ ರಾಜ್ಯಗಳಲ್ಲಿ ಅಷ್ಟೆ ಅಲ್ಲ ತೀರಾ ಮುಂದುವರೆಯದಿರುವ ದೇಶಗಳಲ್ಲಿಯು ಕೂಡಾ ನಂಬಿಕೆ ಆಚರಣೆಗಳು ತಳುಕು ಹಾಕಿ ನಿಂತಿವೆ. ಜನ ನಾಗರಿಕತೆಯಲ್ಲಿ ಮುಂದುವರೆದಂತೆ ಸಂಪ್ರದಾಯ ಕಳಚುತ್ತ ಬರಬಹುದು.

ಆದರೆ ಸಂಪೂರ್ಣ ಅದರಿಂದ ಮುಕ್ತಿ ಪಡೆಯುವುದು ಮಾತ್ರ ಅಸಾಧ್ಯ. ಹಳೆಯ ಸಾಂಪ್ರದಾಯಗಳಲ್ಲಿ ಜಾನಪದೆ ನಂಬಿಕೆಗಳಿಂದಲೇ ಕವಲು ಒಡೆದು ಬಂದವು. ಜನರಲ್ಲಿ ಶಿಸ್ತು, ಸಂಯಮ, ವಿಶ್ವಾಸ , ಪ್ರೇಮ ಮುಂತಾದ ಸದ್ಗುಣಗಳು ಹುಟ್ಟಲು ಇವು ಕಾರಣೀಭೂತವಾಗಿವೆ.

ಪ್ರಾಚೀನ ಕಾಲದಿಂದಲೂ ರೂಪಗೊಂಡ ಈ ಗುಡಿಗಳು ಹಾಗೂ ದೇವರ ಪ್ರತಿಮೆಗಳು ಇದಕ್ಕೆ ಸಾಕ್ಷಿ. ಆಧುನಿಕ ಭಾಷೆಯಲ್ಲಿ ಅದಕ್ಕೆ ಮೂಢನಂಬಿಕೆ ಕೂಡ ಅನ್ನಬಹುದು. ಆದರೆ ವಾಸ್ತವಿಕವಾಗಿ ಅದು ನಿಜವಲ್ಲ. ಅದರ ಸ್ವರೂಪವೇ ಬೇರೆ ಇದೆ. ಅವು ಮೂಢನಂಬಿಕೆ ಎನ್ನದೆ ಒಂದು ಮೂರ್ಖಿತನ. ಆಗ ಸತ್ಯಾಂಶ ಕಂಡುಹಿಡಿದು ನಂಬಿಕೆಯ ನಿಜ ಮಾಡುವುದೇ ಒಂದು ಪವಾಡ್. ಇದಕ್ಕೆ ಜನರೇ ಸಾಕ್ಷಿ ಹಾಗೂ ಅಲ್ಲಿನ ಪುರಾವೆಗಳೆ ಸಾಕ್ಷಿಯಾಗಿವೆ.

ನಮ್ಮ ಭಾರತದಲ್ಲಿ ಪ್ರಾಚೀನ ಕಾಲದಿಂದಲೂ ಹಲವಾರು ಗುಡಿ-ಗೋಪುರಗಳು ಕೂಡಾ ನಿರ್ಮಾಣವಾಗಿ ನಾಶಗೊಂಡಿರುವ ಹಲವಾರು ದೇವಸ್ಥಾನಗಳು ಕೂಡಾ ಇವೆ. ಆದರೂ ಜನರಲ್ಲಿ ಧಾರ್ಮಿಕ ಕುರಿತು ಅಪಾರವಾದ ನಂಬಿಕೆ, ಭಕ್ತಿ, ಶ್ರದ್ಧೆ ಮುಂತಾದವು ಇಂದಿಗೂ ಕೂಡಾ ಗಟ್ಟಿಯಾಗಿ ಉಳಿದುಕೊಂಡು ಬಂದಿರುವುದು ಕಂಡು ಬರುತ್ತದೆ.

ಸುಮಾರು 16 ನೇ ಶತಮಾನಕ್ಕಿಂತಲೂ ಮುಂಚೆಯ ಅನೇಕ ಧರ್ಮದ ದೇವಾಲಯಗಳು ಕಾಣಸಿಗುತ್ತವೆ. ಮುಸ್ಲಿಂ ಹಾಗೂ ಹಿಂದೂ ಧರ್ಮದ ದೇವಸ್ಥಾನಗಳು ಇಲ್ಲಿ ಇವೆ. ಆದರೆ ಸಾಮಾನ್ಯವಾಗಿ ಸೂಫಿ ಮತ್ತು ಹಿಂದೂ ಪಂಥಗಳು ಏಕತೆಯ ಭಾವನೆಯಿಂದ ಕೂಡಿದ್ದು ಅದರ ಅಂಗವಾಗಿ ಎಲ್ಲರೂ ಕೂಡಿ ಆಚರಿಸುವ ಹಬ್ಬಗಳ ಆಚರಣೆಗಳಿಂದ ಸ್ಪಷ್ಟವಾಗಿ ಗೋಚರಿಸುತ್ತದೆ.

ಹೇರೂರ (ಬಿ) ಹಬ್ಬಗಳ ಆಚರಣೆ:

ಎಳ್ಳು ಅಮವಾಸೆ :

ರೈತನ ಹಬ್ಬ ಭೂಮಿಯಲ್ಲಿ ಬೆಳೆದು ನಿಂತ ಬಂಗಾರದ ಮಳೆ ಒಂದೆರಡು ತಿಂಗಳಲ್ಲಿ ಮನೆಗೆ ಬರುವ ಸಂಪತ್ತಿನ ಮಹಾಲಕ್ಷ್ಮಿಯನ್ನು ಮನೆ ತುಂಬಿಸುವ ಭೂ ತಾಯಿಗೆ ರೈತ ಅರ್ಪಿಸು ಕೃತಜ್ಞತೆ ಸಂಕೇತ, ಚರಗಾವನ್ನು ಆಚರಿಸುವ ಈ ಎಳ್ಳು ಅಮವಾಸೆಗೆ ಮಹತ್ವ ಬಂದಿದೆ.

ಯುಗಾದಿ :

ಹಿಂದುಗಳಿಗೆ ವರ್ಷದ ಮೊದಲ ಹಬ್ಬ ಯುಗಾದಿ. ವರ್ಷದ(ಯುಗದ) ಆದಿವರೆಗೆ ವರ್ಷದ ಮೂರುವರೆ ಉತ್ತಮ ಮುಹುರ್ತಗಳಲ್ಲಿ ಯುಗಾದಿ ಒಂದು. ಅಂದು ದಿನ ನೀಡಿ ಕೆಲಸಗಳ ಆರಂಭಕ್ಕೆ ಶುಭದಿನವೆಂದು ಪರಿಗಣಿಸುತ್ತಾರೆ.

ಕಾರಹುಣ್ಣಿಮೆ :

ಕಾರಹುಣ್ಣಿಮೆ ಜನಪದರಿಗೆ ವಿಶೇಷವಾದದ್ದು. ಕಾರ ಎಂದರೆ ಮಳೆ. ಮಳೆಗಾಲದ ಆರಂಭದಲ್ಲೇ ಇದು ಬರುವುದರಿಂದ ಕಾರಹುಣ್ಣಿಮೆ ಎಂದು ಅರ್ಥವತ್ತಾದ ಹೆಸರು ಪಡೆದಿದೆ.

ಮಣ್ಣೆತ್ತಿನ ಅಮವಾಸೆ. :

ಕೆಸರಿನಿಂದ ತಯಾರಿಸಿದ ಎತ್ತು, ಆಕಳು, ಹೋರಿ, ಕರು ಹೀಗೆ ವಿವಿಧ ತರನಾದ ಜಾನುವಾರುಗಳನ್ನು ತಯಾರಿಸಿ ಅವುಗಳಿಗೆ ವಿಶೇಷ ಪೂಜೆ ಕೈಗೊಳ್ಳುವ ವಿಶೇಷ ಆಚರಣೆ

ಮತ್ತು ಸಂಪ್ರದಾಯ ಕೂಡಾ ಆಚರಣೆ ಮಾಡುತ್ತಾರೆ.

ಯಾವುದೇ ವೇದ ಹಾಗೂ ಧರ್ಮಗಳಲ್ಲಿ ದೇವರ ಪ್ರತಿರೂಪ ಭಿನ್ನವಾಗಿ ಕಾಣಿಸುವುದಿಲ್ಲ. ಅದರಲ್ಲಿ ಕೆಲವು ದೇವಾಲಯಗಳು ಕೂಡಾ ಇಲ್ಲಿ ಇವೆ. ದೇವಾಲಯದ ಗರ್ಭಗುಡಿಯಲ್ಲಿ ದೇವರ ಪ್ರತಿಮೆ "ಸಾಂಕೇತಿಕವಾಗಿ, ಹಾಗೂ ಅಪ್ರತಿಮವಾಗಿ" ಬಳಿಸಿಕೊಂಡಿರುವುದು ಸಾಕ್ಷಿ ಇವೆ. ಜಾನಪದ ಶೈಲಿ ನಡೆದು ಬಂದಿರುವ ಸಾಂಪ್ರದಾಯಿಕ ಮತ್ತು ಪರಂಪರೆಯ ಸಂಕೇತವೆ ಹಬ್ಬ ಆಚರಣೆಗಳು ಎಂದು ಎನ್ನಲಾಗುತ್ತದೆ. ಆದರೆ ಈ ನಂಬಿಕೆಯಿಂದ ಜನರಲ್ಲಿ ಮೂಡಿಸುವಂತಹ ಭಯ, ಭಕ್ತಿ ಮತ್ತು ಶ್ರದ್ಧೆ ಬಹಳ ವಿಶೇಷ ಪೂರ್ಣವಾಗಿದೆ. ಇಲ್ಲಿ ಜನರು ನಂಬಿಕೆಯಿಂದ ದೇವರಲ್ಲಿ ತಮ್ಮ ಬೇಡಿಕೆಗಳು ಬೇಡಿ ಕೊಂಡು, ಹರಕೆ ಹೊತ್ತಿಕೊಂಡು ತಮ್ಮ ಆಸೆ, ಆಕಾಂಕ್ಷೆಗಳನ್ನು ಈಡೇರಿಸಿಕೊಳ್ಳುತ್ತಾರೆ. ಅದರ ಪ್ರತಿಫಲವಾಗಿ ಅವರ ಭಕ್ತಿ ಭಾವನೆಗೆ ಸ್ಪಂದಿಸುವಂತಹ ಪವಾಡಗಳು ಇಲ್ಲಿ ನಡೆಯುತ್ತಲೇ ಬಂದಿವೆ. ಸುತ್ತಮುತ್ತಲಿನ ಹಳ್ಳಿಗಳಲ್ಲಿ ಕೂಡಾ ಈ ದೇವರ ಮಹಿಮೆ ಹಾಗೂ ಪವಾಡಗಳು ಆಗಿವೆ. ನೆನೆದವರಿಗೆ ದರ್ಶನ ನೀಡಿ ಹಾಗೂ ಆಪತಕಾಲಿನಲ್ಲಿ ಸಹಾಯ ಮಾಡಿ, ಯಾವುದೇ ರೂಪದಲ್ಲಿ ಭಕ್ತರಿಗೆ ಕಾಪಾಡುವಂತಹ ಹಲವಾರು ಪವಾಡಗಳು ಕೂಡಾ ಆಗಿವೆ.

ಶ್ರೀ ಹುಲಿಕಂಠೇಶ್ವರ ದೇವರು ನೆಲಸಿದ್ದ ಸ್ಥಳದಲ್ಲಿ ದೇವಾಲಯಹತ್ತಿರಾ ಒಂದು ಪ್ರಾಚೀನ ಬಾವಿ ಇದ್ದು.ಇಲ್ಲಿ ಇದರ ಮಹಿಮೆ ಅಪಾರವಾದದ್ದು.

3

ಶ್ರೀ ಹುಲಿಕಂಠೇಶ್ವರ ದೇವರು ನೆಲಸಿದ ಇತಿಹಾಸ.

ಹೇರೂರ ಗ್ರಾಮದ (ಪೂರ್ವ ದಿಕ್ಕಿಗೆ) ಹೊರವಲಯದಲ್ಲಿರುವ ಹುಲಿಕಂಠೇಶ್ವರ ದೇವಸ್ಥಾನವು ಗ್ರಾಮದಿಂದ ಸುಮಾರು 2 ಕಿ.ಮೀ. ದ ಅಂತರದಲ್ಲಿದ್ದು ಅದರ ಸುತ್ತಮುತ್ತಲು ಬಯಲು ಪ್ರದೇಶವಾಗಿದೆ. ಬಯಲು ಪ್ರದೇಶಗಳಲ್ಲಿ ದೊಡ್ಡ ಗುಂಡುಗಲ್ಲು ಹಾಗೂ ಗಿಡ-ಮರ ಕಂಟಿಗಳು, ಇಲ್ಲಿ ಹೆಚ್ಚು ಪ್ರಮಾಣಗಳಲ್ಲಿ ಕಾಣಿಸಿಗುತ್ತವೆ. ಸುಮಾರು 200 ವರ್ಷಗಳ ಪ್ರಾಚೀನತೆ ಹೊಂದಿರುವ ಈ ದೇವಸ್ಥಾನವು ಚೌಕಾಕಾರದಲ್ಲಿದ್ದು ಸುತ್ತಮುತ್ತಲು ಬೃಹತ್‌ವಾದ ಕಲ್ಲಿನಿಂದ ಕಟ್ಟಿದ ಗೋಡೆಯಾಗಿದ್ದು ಅದಕ್ಕೆ ಮುಖ್ಯವಾದ (ದ್ವಾರ ಬಾಗಿಲು) ಪ್ರವೇಶದ್ವಾರವಾಗಿದ್ದು ಒಳಭಾಗದಲ್ಲಿ ಚೌಕಾಕಾರದ ಮಂಟಪ ಹಾಗೂ ಗರ್ಭಗುಡಿಯ ಭಾಗ ದೇವಸ್ಥಾನವಾಗಿದೆ. ಅದರ ಎಡಭಾಗದಲ್ಲಿ ಹುಲಿಕಂಠೇಶ್ವರ ಮೂಲಸ್ಥಾನವಾಗಿದ್ದು, ಮಣ್ಣಿನ ಹುತ್ತು ಭಾಗಶಃ ಉಳಿದುಕೊಂಡಿರುವುದು ಕಂಡುಬರುತ್ತದೆ. ಅದರ ಮೇಲೆ ಪ್ರಾಚೀನಕಾಲದ ಒಂದು ಗಿಡವಿದ್ದು ಅದರ ಪಕ್ಕದಲ್ಲಿ 2-3 ನಾಗ ಶಿಲ್ಪಿಗಳು ಇದ್ದು ಅದುವೇ ಮೂಲಸ್ಥಾನ ಎಂದು ಹೇಳಬಹುದು. ಅದರಂತೆ ಅದರ ಮುಂಭಾಗದಲ್ಲಿ ಸ್ಥಾಪನೆಗೊಂಡಿರುವ ಹುಲಿಕಂಠೇಶ್ವರ ದೇವಸ್ಥಾನವಾಗಿದೆ. ಊರಿನ ಜನರೆಲ್ಲ ಕೂಡಿ ಈ ಗುಡಿಯ ಪುನರುತ್ಥಾನ ಮಾಡಿದ್ದು ಇಲ್ಲಿ ಕಂಡುಬರುತ್ತದೆ. ಸುಮಾರು 200 ವರ್ಷಕ್ಕಿಂತಲೂ ಹೆಚ್ಚಿನ ಪ್ರಾಚೀನತೆ ಹೊಂದಿರುವ ಗರ್ಭಗುಡಿಯಲ್ಲಿ ಶ್ರೀ ಹುಲಿಕಂಠಿಯ ದೇವರ ಪ್ರತಿಮೆ ಜಾನಪದ ಶೈಲಿಯಲ್ಲಿ ಇದೆ. ಇದರ ಸುತ್ತಮುತ್ತಲಿನ ಹಳ್ಳಿಗಳಲ್ಲಿ ಈ ದೇವರ ಪವಾಡಗಳು ಹಾಗೂ ಮಹಿಮೆಗಳು ಅಪಾರ ಪ್ರಚಲಿತವಾಗಿವೆ.

ನಾವು ಶ್ರೀ ಹಲಿಕಂಠೇಶ್ವರ ದೇವರ ಬಗ್ಗೆ ವಿವರವಾಗಿ ಅಂದರೆ ಆ ದೇವರ ಮಹಿಮೆ ಹಾಗೂ ಹೇರೂರ (ಬಿ) ಗ್ರಾಮದಲ್ಲಿ ನೆಲೆಸಿದ ಇತಿಹಾಸ ತಿಳಿಯುವುದು ಇಲ್ಲಿ ಬಹಳ ಅವಶ್ಯಕವಾಗಿದೆ.

ಸುಮಾರು 16ನೇ ಶತಮಾನದಲ್ಲಿ ಹೈದ್ರಾಬಾದ ಕರ್ನಾಟಕದಲ್ಲಿ ಬಹಮನಿ ಸುಲ್ತಾನರ

ರಾಜಕೀಯ ಆಳ್ವಿಕೆ ಬಹಳ ಪ್ರಬಲಿತವಾಗಿದ್ದು ಅದರ ಈ ಪ್ರದೇಶಕ್ಕೆ ದಕ್ಷಿಣಿ ಪ್ರದೇಶ ಎಂದು ಕರೆಯಲಾಗುತ್ತದೆ. ಬಿಸಿಲನಾಡು ಹಾಗೂ ಬಯಲನಾಡು ಪ್ರದೇಶ ಎಂದು ಕಲಬುರಗಿ, ಬಿಜಾಪೂರ ಹಾಗೂ ಬೀದರ ಮುಂತಾದ ನಗರಗಳು ಇದ್ದು 16 ನೇ ಶತಮಾನಗಳಲ್ಲಿ ಬೀದರ ಕೋಟೆಯು ಸುಲ್ತಾನನ ಆಸ್ಥಾನದಲ್ಲಿತ್ತು. ಬೀದರ ಕೋಟೆಯಿಂದ ವಲಸೆ ಬಂದಿರುವ ದೇಸಾಯಿ ಮನೆತನದ ಇಬ್ಬರು ಕುರುಬ ಸಮುದಾಯದ ಅಣ್ಣ-ತಮ್ಮಂದಿರು ಇವರ ಹೆಸರು ಶಿವಣ್ಣ ಮತ್ತು ನಿಂಗಣ್ಣ ವಾಸಮಾಡುತ್ತಿದ್ದರು. ಇವರಿಗೆ ಹೂಗೊಂಡ ಮತ್ತು ಕರಿಗೊಂಡ ಎಂಬ ಹೆಸರಿನಿಂದಲೂ ಕೂಡಾ ಕರೆಯುತ್ತಿದ್ದರು.

ಇವರೊಂದಿಗೆ ಸಾಕು ಪ್ರಾಣಿಯಾದ ನಾಯಿಗಳು ಇದ್ದಿದ್ದು, ಆಗ ಒಂದು ದಿನ ಇವರ ನಾಯಿ ರಾಜರ ಕುದುರೆ ಮರಿಗೆ ಕಚ್ಚಿ ಸಾಯಿಸಿತ್ತು. ಇಂತಹ ಅನಾಹುತ ಘಟನೆ ನಡೆದ ಮೇಲೆ ರಾಜರ ಕಿವಿ ಮೇಲೆ ಈ ವಿಷಯ ಬಿದ್ದು ನಮಗೆ ಗಲ್ಲು ಶಿಕ್ಷೆ ನೀಡುತ್ತಾನೆ ಎಂಬ ಭಯದಿಂದ ಇಲ್ಲಿಂದ ಪಾರಾಗಿ ಓಡಿ ಹೋಗಬೇಕು ಎಂಬ ಕಲ್ಪನೆ ಅವರಲ್ಲಿ ಹುಟ್ಟಿತು. ಆಗ ಯಾವುದೇ ಸೂಚನೆಯಿಲ್ಲದೆ, ರಾತ್ರೋರಾತ್ರಿ ಬೀದರದಿಂದ ಓಡಿ ಬಂದು ಕಲಬುರಗಿ ಜಿಲ್ಲೆಯ ಬಂದೇನವಾಜ ಸ್ಥಳದ ಅರಣ್ಯವಾದ ಬಯಲು ಪ್ರದೇಶದಲ್ಲಿ ತಮ್ಮ ಗುಂಪಿನವರೊಂದಿಗೆ ವಾಸಮಾಡುತ್ತಾರೆ. ಕೆಲವೆ ದಿನಗಳ ನಂತರ ಅಲ್ಲಿಂದ ಜೇವರ್ಗಿ ಹೆದ್ದಾರಿಯಲ್ಲಿರುವ ರೂಢಿಬಾಬಾ ಸಾಹೇಬ ಎಂಬ ಸ್ಥಳಕ್ಕೆ ಬಂದು ತಮ್ಮ ಗುಂಪಿನೊಂದಿಗೆ ವಾಸಮಾಡುತ್ತಾರೆ. ಇದೇ ತರಹ ಕೆಲವು ದಿನಗಳ ಇದ್ದು, ನಂತರ ಅಲ್ಲಿಂದಲೂ ಕೂಡ ಬಸವಪಟ್ಟಣದ ಮರಗಮ್ಮ ದೇವಸ್ಥಾನದ ಹತ್ತಿರ ಈ ಕುರುಬ ಸಮುದಾಯವು ವಾಸಮಾಡುತ್ತದೆ. ಮತ್ತೆ ಕೆಲವು ದಿನಗಳ ನಂತರ ಅಲ್ಲಿಂದ ಈಗಿನ ಜೇವರ್ಗಿ ತಾಲೂಕಿನ ಕಾಸನಿಕ ತಾಂಡಾ ಹೊಳೆ ದಂಡಿಯಲ್ಲಿ ಬಂದು ವಾಸ ಮಾಡುತ್ತಾರೆ. ಮತ್ತೆ ಅಲ್ಲಿಂದ ಸ್ಥಾನ ಬಿಡುವಾಗ ಅದೇ ಸ್ಥಳದಲ್ಲಿ ಹೊಳೆಯಿಂದ ಒಂದು ಕಲ್ಲು ಎತ್ತಿ ಇಟ್ಟು ಅದಕ್ಕೆ ಒಂದು ಸಾಂಕೇತಿಕ ರೂಪ ಕೊಟ್ಟು ಜೆಂಟಿಂಗ್‌ರಾಯ ಎಂದು ಹೆಸರಿಟ್ಟು ಮುಂದೆ ಅವರು ಇಲ್ಲಿಂದ ಮೈನಾಳ ಶೇಖ್‌ಸಾಹೇಬ ದರ್ಗಾ ಸ್ಥಳದಲ್ಲಿ ವಾಸಮಾಡುತ್ತಾರೆ. ಮುಂದೆ ಇವರು ಅಲ್ಲಿಂದ ಕೂಡಾ ವಲಸೆ ಹೋಗಿ ಹೇರೂರ ಗ್ರಾಮದ ಹೊರವಲಯದಲ್ಲಿ ಬಂದು ಒಂದು ಹಳ್ಳದ ಪಕ್ಕದಲ್ಲಿದ್ದ ಮಲ್ಲಮ್ಮ ಗುಡಿಯ ಪಕ್ಕದಲ್ಲಿ ವಾಸಮಾಡುತ್ತಾರೆ. ಆಗ ಇದೇ ಸ್ಥಳದ ಹಳ್ಳದ ಆಚೆ ಇಬ್ಬರು ದರೋಡೆಕೋರರಾದ ರಾಯಬಾ ಮತ್ತು ಬಿಲ್ಲಬಾ ಎಂಬ ಕಬ್ಬಲಿಗರ ಎರಡು ಗುಂಪುಗಳು ವಾಸಿಸುತ್ತಿದ್ದವು. ಸುತ್ತಮುತ್ತ ದಟ್ಟವಾದ ಕಾಡು ಪ್ರದೇಶವಾದ್ದರಿಂದ ಅಲ್ಲಿ ಯಾವುದೇ ಮನುಷ್ಯರ ಓಡಾಟ ಬಹಳ ವಿರಳವಾಗಿತ್ತು. ಅಲ್ಲಿ ಕಳ್ಳರ ಹಾವಳಿ ಕೂಡಾ ಬಹಳವಿತ್ತು. ಓಡಿ ಬಂದಿರುವ ಕುರುಬರಾದ ಲಿಂಗಣ್ಣ ಮತ್ತು ಶಿವಣ್ಣರ ಮುಖಾಮುಖಿಯು ರಾಯಬಾ ಮತ್ತು ಬಿಲ್ಲಬಾ ಎಂಬ ಕಬ್ಬಲಿಗರ ಮುಖ್ಯಸ್ಥರೊಂದಿಗೆ ಪರಿಚಯವಾಯಿತು. ಆಗ ರಾಯಬಾ ಮತ್ತು ಬಿಲ್ಲಬಾ ಅವರು ನೀವು ಯಾರು, ಎಲ್ಲಿಂದ ಬಂದಿರೆಂದು ಲಿಂಗಣ್ಣ ಮತ್ತು ಶಿವಣ್ಣ ಕುರುಬರಿಗೆ ಕೇಳುತ್ತಾರೆ. ಆಗ ಲಿಂಗಣ್ಣ ಮತ್ತು ಶಿವಣ್ಣರು ನಾವು ಬೀದರ ಕೋಟೆಯಿಂದ ಕಷ್ಟಪಟ್ಟು ವಲಸೆ ಬಂದಿದ್ದೇವೆ. ಅದಕ್ಕೆ ನಮಗೆ ಆಶ್ರಯ ನೀಡಿ ಎಂದು ಅವರಲ್ಲಿ ಪರಿಪರಿ ಕೇಳುತ್ತಾರೆ. ಅದಕ್ಕೆ ರಾಯಬಾ ಮತ್ತು ಬಿಲ್ಲಬಾ ಅವರು ಸರಿ. ಆದರೆ ನೀವು ನಮಗೆ ಅಥವಾ ನಾವು ನಿಮಗೆ ಯಾವುದೇ

ತೊಂದರೆ ಕೊಡದಂತೆ ಇರುವುದಾದರೆ ಮಾತ್ರ ನಿಮಗೆ ಇಲ್ಲಿರಲು ಅಭ್ಯಂತರವಿಲ್ಲ. ನಾವು ಸಹೋದರರಂತೆ ಒಟ್ಟಿಗೆ ಇರಬೇಕು ಎಂದು ತಾಕೀತು ಮಾಡುತ್ತಾರೆ. ಅದಕ್ಕೆ ಲಿಂಗಣ್ಣ ಮತ್ತು ಶಿವಣ್ಣರು ಅವರ ಮಾತಿಗೆ ಒಪ್ಪಿ ಅದೇ ರೀತಿ ಅಲ್ಲಿಯೇ ಜೀವನ ಸಾಗಿಸುತ್ತ ಹೋಗುತ್ತಾರೆ. ಕುರುಬ ಗುಂಪುಗಳಾದ ಲಿಂಗಣ್ಣ ಮತ್ತು ಶಿವಣ್ಣ ಅವರ ಬಳಿ ಇರುವ ಕುರಿಗಳಲ್ಲಿ ಒಂದು ಕುರಿಯು ದಿನಾಲು ಒಂದು ವಟಗಾ ಹಾಲು ನೀಡುತ್ತಿತ್ತು. ಆದರೆ ಕೆಲವು ದಿನಗಳ ನಂತರ ಕುರಿ ಹಟ್ಟಿಯಲ್ಲಿನ ಕುರಿಯ ಹಾಲು ಯಾರೋ ಕದಿಯುತ್ತಿದ್ದಾರೆ ಎಂಬ ಅನುಮಾನ ಕುರುಬರಿಗೆ ಬಂತು. ಆದರೆ ಆವಾಗ-ಆವಾಗ ಇವರಿಗೆ ಕಬ್ಬಲಿಗ ರಾಯಬಾ ಮತ್ತು ಬಿಲ್ಲಬಾ ಅವರ ಮೇಲೆ ಅನುಮಾನ ಬರುತ್ತಿತ್ತು. ಹೀಗೆ ಈ ಎರಡು ಗುಂಪುಗಳಾದ ಕಬ್ಬಲಿಗ ಮತ್ತು ಕುರುಬರ ನಡುವೆ ಸಂಶಯಾಸ್ಪದ ಅನುಮಾನ ಶುರುತಯಿತು. ಒಂದು ದಿನಾ ಎರಡು ಗುಂಪುಗಳು ಒಂದೆಡೆ ಸೇರಿ ಈ ಕುರಿತು ವಿಚಾರ ಮಾಡಿದಾಗ "ಪೂಜಾರಿ ನಾವು ಹಾಲು ಕದ್ದಿಲ.ಲ ಈವತ್ತು ರಾತ್ರಿ ಇಬ್ಬರು ಒಟ್ಟಿಗೆ ಕಾಯೋಣ, ಯಾರು ಹಾಲು ಕದಿಯುತ್ತಿದ್ದಾರೆ ಎಂಬುದು ನೋಡೇ ಬಿಡೋಣಾ" ಎಂದು ಕಬ್ಬಲಿಗೆರ ಗುಂಪಿನ ಮೂಖ್ಯಸ್ಥರಾದ ರಾಯಬಾ ಮತ್ತು ಬಿಲ್ಲಬಾ ಅವರು ಪೂಜಾರಿಗೆ ಉದ್ದೇಸಿ ಮಾತನಾಡಿದಾಗ, ಅದಕ್ಕೆ ಆಕುರುಬ ಗುಂಪಿನವರು ಸಮ್ಮತಿ ಸೂಚಿಸಿದರು. ಇದಾದ ಮೇಲೆ ಎರಡು ಗುಂಪುಗಳು ರಾತ್ರಿವರೆಗೂ ಕಾಯುತ್ತ ಕುಳಿತುಕೊಂಡು ಒಂದು ಕುತೂಹಲದಿಂದ ಆಗುವ ಘಟನೆ ಕುರಿತು ಆಲೋಚಿಸುತ್ತಿದ್ದರು. ಮುಂದೆ ಏನಾಗಬಹುದು ಎಂಬ ಕುತೂಹಲ ಅವರಲ್ಲಿತ್ತು. ಆಗ ರಾತ್ರಿ ಹನ್ನೆರಡು ಗಂಟೆ. ಕುರಿ ಹಟ್ಟಿಯಿಂದ ಆಡು ಮೂರು ಸಾರಿ ಕೂಗಿ ಹೊರಗೆ ಜಿಗಿದು ಓಡುತ್ತ ಹೋಯಿತು. ಬಚ್ಚಿಕೊಂಡು ಕುಂತುಕೊಂಡಿರುವ ಆ ಎರಡು ಗುಂಪಿನ ಜನರು ನೋಡಿ ಆಶ್ಚರ್ಯದಿಂದ ಈ ಕುರಿಯ ಎಲ್ಲಿಗೆ ಹೋಗುತ್ತಿರಬಹುದು? ಎಂದು ಎರಡು ಗುಂಪುಗಳು ಅದಕ್ಕೆ ಹಿಂಬಾಲಿಸುತ್ತ ಸಾಗಿದರು. ಸ್ವಲ್ಪ ದೂರ ಹೋದಾಗ ಕೆಲವೆ ಅಂತರದಲ್ಲಿ ಆ ಕುರಿಯು ಒಂದು ಮಣ್ಣಿನ ಹುತ್ತಿನ ಮೇಲೆ ನಿಂತುಕೊಂಡು ಮೂರು ಸಾರಿ ಕೂಗಿದಾಗ ಅದರ ಕೆಳಗಿನ ಹುತ್ತಿನಿಂದ ಒಂದು ಹಾವು ಹೆಡೆ ತೆಗೆದು ಆ ಕುರಿಯ ಹಾಲು ಕುಡಿಯುವುದನ್ನು ಕಣ್ಣಾರೆ ಕಾಣುತ್ತಾರೆ, ಇದು ಏನು ವಿಚಿತ್ರ. ಇದು ಒಂದು ದೊಡ್ಡ ಪವಾಡವೇ ಸರಿ ಎಂದು ತಿಳಿದು ಆ ಕಬ್ಬಲಿಗ ಮತ್ತು ಕುರುಬರ ಗುಂಪು ಹುತ್ತಿನ ಬಳಿ ಹೋಗಿ, ಇಲ್ಲಿ ಏನೋ ವಿಶೇಷವಾಗಿದೆ ಎಂದು ಯೋಚಿಸುತ್ತಾರೆ. ಅದರಂತೆ ರಾಯಬಾ ಮತ್ತು ಬಿಲ್ಲಬಾ ಅವರು ಹುತ್ತು ಕೆದರಿ ನೋಡಿದಾಗ ಅದರ ಕೆಳಗೆ ದೇವರ ಮೂರ್ತಿ ಹೊಂದಿದ ಒಂದು ಸಣ್ಣ ಕಲ್ಲಿನ ಚಿಪ್ಪು ಸಿಗುತ್ತದೆ. ಆಗ ಇದು ನಮ್ಮ ದೇವರೆಂದು ರಾಯಬಾ ಮತ್ತು ಬಿಲ್ಲಬಾ ಅದನ್ನು ತೆಗೆದುಕೊಂಡು ತಮ್ಮ ಮನೆ ಜಗಲಿ ಮೇಲೆ ಇಟ್ಟು ಅದನ್ನು ಪೂಜಿಸಲು ಪ್ರಾರಂಭ ಮಾಡುತ್ತಾರೆ. ಹೀಗೆ ಕೆಲವು ದಿನಗಳ ನಂತರ ಆ ಕಬ್ಬಲಿಗ ಗುಂಪಿನ ರಾಯಬಾ ಮತ್ತು ಬಿಲ್ಲಬಾ ಅವರಿಗೆ ಕಂಟಕ ಶುರುವಾಗುತ್ತದೆ. ರಾಯಬಾ ಮತ್ತು ಬಿಲ್ಲಬಾ ಕಾಯಿಲೆಯಿಂದ ಬಳಲಿ ಹಾಗೂ ಮಾನಸಿಕ ಅಸ್ವಸ್ಥರಾಗುತ್ತಾರೆ. ಹೀಗೆ ಕೆಲವು ದಿನ ಕಳೆದಾಗ ಒಂದು ದಿನಾ ಪೂಜಾರಿಗೆ ಕೇಳೋಣ ಎಂದು ಕಬ್ಬಲಿಗ ರಾಯಬಾ ಮತ್ತು ಬಿಲ್ಲಬಾ ಮಾತನಾಡಿಕೊಳ್ಳುತ್ತಾರೆ. ಅದರಂತೆ ಅವರು ಅಲ್ಲಿಂದಲೇ ಮೈನಾಳ ಜಾತ್ರೆಗೆ ಹಾದು ಹೋಗುತ್ತಿರುವ ಪೂಜಾರಿಯನ್ನು ಕಂಡು "ಪೂಜಾರಿ, ಯಾಕೋ ಕೆಲವು ದಿನಗಳಿಂದ ನಮಗೆ

ಮೈ ಹುಷಾರ್ ಇಲ್ಲ, ನಮ್ಮ ಮನೆಯಾಗ ಒಬ್ಬರಿಂದ ಒಬ್ಬರಿಗೆ ಮೈ ಆರಾಮ ಇಲ್ಲದ್ದಂಗ ಆಗೇದ. ಏನ, ಹ್ಯಾಂಗ ಮಾಡಬೇಕು ಎಂಬುದು ತಿಳ್ಯಾಲಾಗ್ಯಾದ," ಎಂದು ರಾಯಬಾ ಮತ್ತು ಬಿಲ್ಲಬಾ, ಪೂಜಾರಿಯನ್ನ ಪರಿಪರಿಯಿಂದ ಕೇಳ್ತಾರ.

ಅದೆಷ್ಟೋ ಬಾರಿ ಕೇಳಿದಾಗ, ಕಬ್ಬಲಿಗ, ಇದೇನ ದೊಡ್ಡ ವಿಷಯ ಅಲ್ಲ ಬಿಡಾ; ನಿನಗೊಂದು ಕಲ್ಲಿನ ಚಿಪ್ಪ ಸಿಕ್ಕದಲ್ಲ. ಅದು ದೇವರ ಮೂರ್ತಿ. ಅದು ನಿಮಗ ದಕ್ಕೊದಿಲ್ಲ. ಆ ಪೂಜಾರಿಗಳಿಗೆ ಸಲ್ಲಿಸತಕ್ಕದ್ದು. ಅವರಿಗೆ ಅದು ಕೊಟ್ಟು ಬಿದ್ರಿ, ಎಂದು ಪೂಜಾರಿ ಬಾಯಿಂದ ನುಡಿದ ಮಾತು ಕೇಳಿ, ಆಯಿತು ಪೂಜಾರಿ "ನಾವು ಅವರಿಗೆ ಕೊಟ್ಟು ಬಿಡುತ್ತೇವೆ" ಎಂದು ಹೇಳುತ್ತಾರೆ. ಅದರಂತೆ ಅವರು 'ಆ ಕಲ್ಲಿನ ವಿಗ್ರಹ' ಪೂಜಾರಿಗಳಿಗೆ ನೀಡಿ, ಇನ್ನು ಮುಂದೆ ಈ ದೇವರನ್ನು ನೀವೆ ಸೇವೆಗ್ಯೆಯಬೇಕು. ನಾವು ಎಲ್ಲಾರೂ ಒಂದಾಗಿ ಇರೋಣ ಹಾಗೂ ಒಟ್ಟಾಗಿ ಈ ದೇವರ ಒಲುಮೆಗೆ ಮತ್ತು ಏಳಿಗೆಗೆ ಶ್ರಮಿಸೋಣ ಎಂದು ಹೇಳುತ್ತಾರೆ. ಅದೇ ರೀತಿ ತಲಾತಲಾಂತರದಿಂದ ಕಬ್ಬಲಿಗೆರರು ಮತ್ತು ಕುರುಬರು ಒಂದಾಗಿ ಊರಿನ ಹಬ್ಬಗಳ ಆಚರಣೆ ಮಾಡುತ್ತ ಬಂದಿದ್ದಾರೆ. ಅಂತೆಯೆ ಇಂದಿಗೂ ಕೂಡಾ ಶ್ರೀ ಹುಲಿಕಂಠೇಶ್ವರ ಜಾತ್ರೆಯಲ್ಲಿ ಪಲ್ಲಕ್ಕಿ ಮೆರವಣಿಗೆ, ಹೇಳಿಕೆ, ಡೊಳ್ಳು ಕುಣಿತ ಮುಂತಾದ ಸಾಂಪ್ರದಾಯಿಕ ಕಾರ್ಯಕ್ರಮಗಳು ಈ ಎರಡು ಸಮುದಾಯಗಳು ಕೂಡಿ ನಡೆಸಿಕೊಂಡು ಬಂದಿರುವಂತಹ ಸಂಪ್ರದಾಯವಿದು.

4

ಶ್ರೀ ಹುಲಿಕಂತೇಶ್ವರ ಪಲ್ಲಕ್ಕಿ ಮತ್ತು ಜಾತ್ರಾ ಮಹೋತ್ಸವ

ಈ ಗ್ರಾಮದಲ್ಲಿ ಪ್ರತಿವರ್ಷ ಎರಡು ಬಾರಿ ಅಂದರೆ ದೀಪಾವಳಿ ಮತ್ತು ಯುಗಾದಿಯ ಅಮವಾಸ್ಯೆಯ ದಿನದಂದು ಪಲ್ಲಕ್ಕಿ ಉತ್ಸವ ನಡೆಯುತ್ತದೆ. ಪ್ರಸ್ತುತ ದಿನದಲ್ಲಿ ಪ್ರತಿ ಯುಗಾದಿ ಹಾಗೂ ದೀಪಾವಳಿ ಅಮವಾಸ್ಯೆಗೆ ಹುಲಿಕಂತೇಶ್ವರ ಪಲ್ಲಕ್ಕಿಯನ್ನು ಮೆರವಣಿಗೆ ಸಮೇತ ಕಾಸನಿಕ ತಾಂಡಾ ಹತ್ತಿರ ಹೊಳೆ ದಂಡೆಯಲ್ಲಿರುವ ಜಂಟಿಂಗ್ ರಾಯನಲ್ಲಿ ಹೋಗಿ ಗಂಗಾಸ್ನಾನ ಪ್ರಥಾವನ್ನು ಮುಗಿಸಿಕೊಂಡು ಬರುತ್ತಾರೆ. ಗಂಗಾ ಸ್ನಾನ ಮುಗಿದ ನಂತರ ಸುಮಾರು ರಾತ್ರಿ 11:00 ಗಂಟೆಗೆ ಮತ್ತೆ ಊರಿಗೆ ಬರುತ್ತಾರೆ. ಆಗ 11.00 ಗಂಟೆ ಸಮಯದಲ್ಲಿ ಶ್ರೀ ಹುಲಿಕಂತೇಶ್ವರ ಹೇಳಿಕೆ ನಡೆಯುತ್ತವೆ. ಆಗ ಹುಲಿಕಂತೇಶ್ವರ ಕೃಪೆಗೆ ಪಾತ್ರರಾದ ಪೂಜಾರಿಗಳ ಬಾಯಿಂದ ನುಡಿಸಲಪಟ್ಟಿರುವ ರೈತ ಬದುಕಿನ ಮುನ್ಸೂಚನೆಗಳು, ನುಡಿಮುತ್ತುಗಳಿದ್ದಂತೆ. ಅದಕ್ಕೆ ಹುಲಿಕಂತೇಶ್ವರ ಹೇಳಿಕೆಗಳು ಎಂದು ಕರೆಯುತ್ತಾರೆ. ಊರಿನ ಜನರು ಹಾಗೂ ಸುತ್ತಮುತ್ತಲಿನ ಹಳ್ಳಿಯ ಜನರು ಈ ಹುಲಿಕಂತೇಶ್ವರ ಹೇಳಿಕೆಗಳನ್ನು ಶ್ರದ್ಧೆ, ನಂಬಿಕೆ ಮತ್ತು ಕಾತುರದಿಂದ ಕೇಳಲು ಒಂದೆಡೆ ಸೇರುತ್ತಾರೆ.

ಊರಿನ ರೇವಣ್ಣ ಪೂಜಾರಿ, ಸಿದ್ಧಪ್ಪ ಪೂಜಾರಿ ಹಾಗೂ ಬಸವಣ ಪಟ್ಟದ ಪೂಜಾರಿ ಮುಂತಾದ ಕೃಪಾಪಾತ್ರರು ಹೇಳಿಕೆಯನ್ನು ಹೇಳುತ್ತಾರೆ. ಆಗ ದೀಪಾವಳಿ ಹಬ್ಬ ಮತ್ತು ಯುಗಾದಿ ಹಬ್ಬಕ್ಕೆ ಹುಲಿಕಂತೇಶ್ವರ ಜಾತ್ರಾ ಉತ್ಸವ ಜರುಗುವುದು. ಇದೇ ಸಂದರ್ಭದಲ್ಲಿ ಐದು ದಿನದ ಜಾತ್ರೆಯಲ್ಲಿ ಪಲ್ಲಕ್ಕಿ ಮೆರವಣಿಗೆ, ಜಂಗಿ ಕುಸ್ತಿ, ಡೊಳ್ಳ ಕುಣಿತ, ತಮಟೆವಾದನ, ಭಜನಾಪದ ಇದರ ಜೊತೆಜೊತೆಗೆ ಹೇಳಿಕೆಗಳು, ಹರಕೆಗಳು, ದೀಡ್‌ನಮಸ್ಕಾರ ಮುಂತಾದ ಕಾರ್ಯಾಕ್ರಮಾದಿಗಳು ಈ ಉತ್ಸವದ ಸಂದರ್ಭದಲ್ಲಿ ನಡೆಯುತ್ತವೆ.

ಈ ಐದು ದಿನದ ಜಾತ್ರೆ ಉತ್ಸವದಲ್ಲಿ ಹೇರೂರ ಗ್ರಾಮದ ಹೆಣ್ಣು ಮಕ್ಕಳು ಹುಲಿಕಂತರಾಯನಿಗೆ ಹರಕೆಯನ್ನು ಹೊತ್ತಿಕೊಳ್ಳುತ್ತಾರೆ. ಆಗ ಊರು ಬಿಟ್ಟು ಹೊರ ರಾಜ್ಯಕ್ಕೆ

ವಲಸೆ ಹೋಗಿರುವ ಗ್ರಾಮದ ಸ್ಥಳಿಯ ಭಕ್ತರು ಪುಣೆ, ಮುಂಬಯಿ, ಸೋಲಾಪೂರ, ಬೆಂಗಳೂರು ಹಾಗೂ ಸುತ್ತಮುತ್ತ ನಗರಗಳಿಂದ ಬಂದು ಹುಲಿಕಂಠೇಶ್ವರ ಜಾತ್ರೆಯಲ್ಲಿ ತಪ್ಪದೆ ಪಾಲ್ಗೊಳ್ಳುತ್ತಾರೆ ಹಾಗೂ ತಮ್ಮ ಹರಕೆಯನ್ನು ಪೂರ್ಣಗೊಳಿಸುತ್ತಾರೆ.

"ಹುಲಿಕಂಠ ನಮ್ಮ ಮನೆಯ ದೇವರಿದ್ದಾನೆ. ತಲಾತಲಾಂತರವಾಗಿ, ನಾವು ನಡೆದುಕೊಂಡು ಬಂದಿರುವಂತಹ ನಮ್ಮ ಸಾಂಪ್ರದಾಯಿಕ ಪ್ರಕಾರ ನಾವು ಎಲ್ಲೇ ಇದ್ದರೂ ದೀಪಾವಳಿ ಮತ್ತು ಯುಗಾದಿ ಈ ಎರಡು ಹಬ್ಬಕ್ಕೆ ಹುಲಿಕಂಠಿಯ ಜಾತ್ರೆಗೆ ಬರುತ್ತೇವೆ. ಮತ್ತು ಈ ಐದು ದಿನದ ಜಾತ್ರೆಯ ಉತ್ಸವದಲ್ಲಿ ಗುಡಿಯಲ್ಲಿ ವಾಸಮಾಡಿ ನಮ್ಮ ಹರಕೆಯನ್ನು ತೀರಿಸಿಕೊಳ್ಳುತ್ತೇವೆ. ಹುಲಿಕಂಠಿ ನಮ್ಮ ಎಲ್ಲ ಕಷ್ಟವನ್ನು ದೂರ ಮಾಡುತ್ತಾನೆ. ಹರಕೆಯಲ್ಲಿ ಜಾವಳ ತೆಗೆಯುವುದು, ದೀಡ್ ನಮಸ್ಕಾರ್ ಹಾಕುವುದು, ದೇವರಿಗೆ ಕನ್ನಡಿ ಏರಿಸುವುದು, ಇದರಂತೆ ತಮ್ಮ ಭಕ್ತಿ-ಭಾವದ ಮೇರೆಗೆ ಭಕ್ತರು ಹೊತ್ತಿಕೊಂಡ ಹರಕೆಯನ್ನು ತೀರಿಸುತ್ತಾರೆ.

ಸುಮಾರು ವರ್ಷಗಳಿಂದ ಭಕ್ತರು ಹುಲಿಕಂಠೇಶ್ವರ ದೇವರ ಮಹಿಮೆ ಹಾಗೂ ಪವಾಡಗಳನ್ನು ಕಂಡು ಅದನ್ನು ನಂಬಿಕೆಯಿಂದಾ ಮುಂದುವರೆಸುತ್ತ ಬಂದಿದ್ದಾರೆ. ಪ್ರತಿ ವರ್ಷ ತಮ್ಮ ಭಕ್ತಿಯ ಮೇರೆಗೆ ಇಲ್ಲಿನ ಗ್ರಾಮದ ಸ್ಥಳಿಯ ಪೂಜಾರಿಗಳಿಗೆ, ಹೋಳಿಗೆಯ ಭೋಜನ ನೀಡಿ, ಹುಲಿಕಂಠಿಯ ಕೃಪೆಗೆ ಪಾತ್ರರಾಗುತ್ತಾರೆ. ಇನ್ನೂ ಕೆಲವೊಬ್ಬರು ಹುಲಿಕಂಠಿಯ ಹೆಸರಿನಲ್ಲಿ ಬಾಳೆಹಣ್ಣು ನೀಡುತ್ತಾರೆ. ಹೀಗೆ ನಾನಾ ಪ್ರಕಾರಗಳಿಂದ ತಮ್ಮ ಕೈಯಲ್ಲಿ ಸಾಮರ್ಥ್ಯ ವಿದ್ದಷ್ಟು ಭಕ್ತರು ತಮ್ಮ ಹರಕೆಯನ್ನು ಪೂರೈಯಿಸುತ್ತಾರೆ.

ಇಲ್ಲಿನ ಹೇರೂರ (ಬಿ) ಗ್ರಾಮದ ಹೆಣ್ಣು ಮಕ್ಕಳು ಯಾವದೇ ಊರಿಗೆ ಸೇರಿದರೂ ಶ್ರೀ ಹುಲಿಕಂಠೇಶ್ವರನು ಅವರಿಗೆ ರಕ್ಷಣೆ ನೀಡುತ್ತಾನೆ ಎಂಬ ಇಲ್ಲಿನ ಹೆಣ್ಣುಮಕ್ಕಳ ನಂಬಿಕೆ. ಯಾರಿಗೆ ಮಕ್ಕಳ ಭಾಗ್ಯವಿಲ್ಲ ಅವರಿಗೆ ಮಕ್ಕಳ ಭಾಗ್ಯ ನೀಡುತ್ತಾನೆ. ಇನ್ನೂ ಕೆಲವರಿಗೆ ತಮ್ಮ ಸಂಸಾರ ಕಷ್ಟಗಳಿಂದ ಪಾರ ಮಾಡುತ್ತಾನೆ ಎಂಬ ಭಕ್ತರ ನಂಬಿಕೆಯೂ ಕೂಡಾ ಇಲ್ಲಿ ಇದೆ.

5
ಶ್ರೀ ಹುಲಿಕಂತೇಶ್ವರ ಹೇಳಿಕೆಗಳು, ಮತು ಹರಕೆಗಳು

ಹರಕೆ : ಮೂಢ ನಂಬಿಕೆಗಳಲ್ಲಿ ಜಾನಪದರ ಭವಿಷ್ಯತನ್ನು ರೂಪಿಸುವ ಅನೇಕ ಸಂಪ್ರದಾಯಗಳು ಸಮಾಜದಲ್ಲಿ ಕಂಡುಬರುತ್ತವೆ. ತಮ್ಮ ಜೀವನ ಒಳ್ಳೆಯದಾಗಬೇಕೆಂದು ಬಯಸುವಲ್ಲಿ ಒಳ್ಳೆ ಆಚಾರ ವಿಚಾರಗಳಿಂದ ಕೂಡಿದ ಸಂಪ್ರದಾಯಗಳ ರೂಪ ತೋರುತ್ತವೆ. ತಮಗೆ ಆದ ಆಪತ್ತು ದುಃಖ ದೇವರಲ್ಲಿ ತೋಡಿಕೊಂಡು ತಮ್ಮ ಹರಕೆ ಈಡೇರುಸುವಂತೆ ಆಚರಣೆಗಳನ್ನು ಹಾಕಿಕೊಳ್ಳುತ್ತಾರೆ. ಅವರ ಹರಕೆ ಈಡೇರಿದಾಗ ಮೂಢ ನಂಬಿಕೆಯ ಫಲವಾಗಿ ಸಂಪ್ರದಾಯಗಳನ್ನು ಆಚರಿಸುತ್ತಾರೆ. ಇಷ್ಟ ದೇವರೊಡನೆ ಮಾಡಿಕೊಂಡ ಒಪ್ಪಂದವೆ ಈ ಹರಕೆವಾಗಿದೆ.

ಹೇರೂರ ಗ್ರಾಮ ದೇವತೆಯಾದ ಹುಲಿಕಂರಿಯ ಹೇಳಿಕೆಯಲ್ಲಿ ಸಾಂಸಾರಿಕ, ಸಾಮಾಜಿಕ, ರಾಜಕೀಯ ಮತ್ತು ರೈತನ ಬದುಕಿನ ಬಾಳಿನ ಮುನ್ಸೂಚನೆಗಳು, ಮಳೆ, ಬೆಳೆ ಹಾಗೂ ಮಕ್ಕಳ ಭಾಗ್ಯ ಮುಂತಾದ ಕುರಿತು ಭವಿಷ್ಯ ನುಡಿಸುವ ನುಡಿಮುತ್ತುಗಳು. ಈ ಹೇಳಿಕೆಗಳನ್ನು ಶ್ರೀ ಹುಲಿಕಂರಿಯ ಕೃಪೆಗೆ ಪಾತ್ರರಾದ ಹೇರೂರ ಗ್ರಾಮದ ರೇವಣ್ಣ ಪೂಜಾರಿ, ಸಿದ್ದಪ್ಪ ಪೂಜಾರಿ, ನುಡಿಯುತ್ತಾರೆ.

ಹೇಳಿಕೆ:

ಸುಮಾರು ಮುವತ್ತು ವರ್ಷಗಳು ಹಿಂದಿನ ಮಾತು. ಅಂದಿನ ದೀಪಾವಳಿ ಅಮವಾಸೆಗೆ ಶ್ರೀ ಹೇರೂರ ಹುಲಿಕಂತೇಶ್ವರ ಹೇಳಿಕೆ ನುಡಿಸುವಂತಾಗಿತ್ತು. ಶ್ರೀ ಹೇರೂರ ಗ್ರಾಮದ ನಾಗಣ್ಣ ಪೂಜಾರಿ ಇವರ ಮಗನಾದ ಶ್ರೀ ಶರಣಪ್ಪ ಪೂಜಾರಿ ಇವರು ಒಂದು ಹೇಳಿಕೆಯನ್ನು ನುಡಿದಿದ್ದರು.

ನಾಟಿಕೇರಿ ಊರ,................. ನಾಟಿಕ ಹಾಯಿತು

ಭೂಮ್ಮಾನ ಕೇರಿ.................. ಭೂಮ್ಮಾಗ ಇಳಿತು

ತಳವಾರ ಮೋಳಿ................. ತಳ ಹಿಡಿತು

ಗೊಬ್ಬಾನ ಕೇರಿ.................... ಗೊಬ್ಬಿ ಹಿಡಿತು

ಒಂದು ಕುದುರೆಗೆ .... ಕಾಲ ಮುರಿತು

ಒಂದು ಕುದುರೆಗೆ .... ಗಡ್ಡಿ ಹುಟ್ಟತು

ಒಂದು ಕುದುರೆ .... ದಡ್ಡಿಗೆ ಹೋಯಿತು.

ಇಂತಹ ಅದ್ಭುತವಾದ ಹೇಳಿಕೆಯನ್ನು ನುಡಿದ ನಂತರವೇ ಜನರಲ್ಲಿ ಒಂದು ವಿಸ್ಮಯ ಮತ್ತು ಆಕ್ರೋಶವನ್ನುಂಟು ಮಾಡಿತು. ಆಗ ಕಬ್ಬಲಿಗ ಸಮುದಾಯ ಆಕ್ರೋಶಗೊಂಡು ಪೂಜಾರಿಗೆ ಹೀಗೆಂದರು. ಈ ಮಗ ಕುರುಬ ಹೇಳಿಕೆ ಹೇಳಂದರೆ ಹಿಂಗೆ ಹೇಳಂಗ ಕಾಣ್ತಾನ. ನೋಡಾಣ ಕೇಳ ಬಿಡೋಣಾ ಪೂಜಾರಿಗೆ. ಈ ಹೇಳಿಕೆಯು ಭವಿಷ್ಯದ ಮುನ್ಸೂಚನೆಯಾಗಿತ್ತು. ಆದರೆ ಇದು ಯಾವ ಜನರಿಗೂ ತಿಳಿಯುವಂತಾಗಲಿಲ್ಲ. ಹೇಳಿಕೆ ನುಡಿದ ಪೂಜಾರಿ ಎರಡು ವರ್ಷ ನಂತರ ನಿಧನಗೊಂಡರು. ಆ ಹೇಳಿಕೆಯ ಸುಮಾರು ಹತ್ತು ವರ್ಷಗಳ ನಂತರ ಕಬ್ಬಲಿಗ ಸಮುದಾಯದ ಜನರು ತಮ್ಮ ಹೆಸರಿನಲ್ಲಿರುವ ಎಲ್ಲಾ ಉಳುವಳಿ ಭೂಮಿಯನ್ನು ಮಾರಿಕೊಂಡು ಭೂಹೀನರಾದರು. ಆಗ ಜನರಿಗೆ ಆ ಪೂಜಾರಿ ಹೇಳಿದ ಮಾತು ನೆನಪಾಯಿತು.

ಅದೇ ರೀತಿ ಹೇಳಿಕೆ ಹೇಳುವ ಮೂರು ಪೂಜಾರಿಗಳಲ್ಲಿ ಒಬ್ಬರಿಗೆ ಕಾಲು ಮುರಿಯಿತು, ಒಬ್ಬರಿಗೆ ಹೊಟ್ಟೆಯಲ್ಲಿ ಗಡ್ಡೆ ಹುಟ್ಟಿತು. ಇನ್ನೋರ್ವ ಪೂಜಾರಿ ಮನೆ ಮಠ ಬಿಟ್ಟು ಊರು ಬಿಟ್ಟು ಹೋದನು.

ಶ್ರೀ ಶರಣಪ್ಪ ಪೂಜಾರಿಯು ನುಡಿದ ಹೇಳಿಕೆಗಳು ಘಟನೆಗಳಾಗಿ ಕಂಡು ಬಂದ ಮೇಲೆ ಊರ ಜನರು ಆ ಪೂಜಾರಿಯನ್ನು ನೆನಪಿಸಿಕೊಂಡರು.

ಹೀಗೆಯೇ ಇದೇ ಗ್ರಾಮಸ್ಥರಾದ ರಾಮರಾಯ ಬಾಬಾರು ಊರಿನ ಒಬ್ಬ ಹಿರಿಯ ಗಣ್ಯರಿದ್ದರು. ಅವರು ಮೂಲತಃ ಮೈನಾಳ ಗ್ರಾಮದವರಾಗಿದ್ದರು. ಹೇರೂರ ಗ್ರಾಮಕ್ಕೆ ಒಬ್ಬ ಮನೆತನದ ದತ್ತಕ ಪುತ್ರರಾಗಿ ಬಂದಿದ್ದರು. ಅವರಿಗೆ ಕೆಲವು ವರ್ಷಗಳಿಂದಲೂ ಮಕ್ಕಳ ಭಾಗ್ಯ ಇರಲಿಲ್ಲ. ಒಮ್ಮೆ ದೀಪಾವಳಿ ಅಮವಾಸ್ಯೆಯಲ್ಲಿ ನಡೆಯುವ ಹೇಳಿಕೆಯಲ್ಲಿ ರಾಮರಾಯರಿಗೆ ಕುರಿತು, ರಾಮರಾಯ ನೀನು 'ಶ್ರೀ ಹುಲಿಕಂಠಿ ಹೆಸರಿನಲ್ಲಿ ದಾಸೋಹ ನಡಿಸು, ನಿನಗೆ ಒಬ್ಬ ಗಂಡು ಮಗಾ ಹುಟ್ಟುತ್ತಾನೆ ಮತ್ತು ಅವನು ಇಡೀ ಸುತ್ತ ಮುತ್ತ ಹಳ್ಳಿಗೆ ಮಾದರಿಯಾಗುತ್ತಾನೆ. ಎಂಬ ಹೇಳಿಕೆಯಾಯಿತು. ಅದರಂತೆ ರಾಮರಾಯ ಬಾಬರು ಮನೆಯಲ್ಲಿ ದಾಸೋಹ ನಡಿಸುತ್ತಾರೆ. ಆಗ ಕೆಲವು ವರ್ಷಗಳಲ್ಲಿ ಅವರಿಗೆ ಹುಲಿಕಂಠಿಯ ಕೃಪೆಯಿಂದ ಒಬ್ಬ ಗಂಡು ಮಗ ಹುಟ್ಟುತ್ತಾನೆ. ಅವನು ಮುಂದೆ ಬಾಬಾರಾವ ಎಂಬ ಹೆಸರಿಂದ ಪ್ರಚಲಿತವಾಗುತ್ತಾನೆ. ಶ್ರೀ ಹುಲಿಕಂಠೇಶ್ವರ ಕೃಪಗೆ ಪಾತ್ರರಾದ ರಾಮರಾಯ ಬಾಬರು ತಮ್ಮ ಮಗನ ಜಾವಳ

ಕಾರ್ಯಕ್ರಮದಲ್ಲಿ ಹುಲಿಕಂತಿಯ ದೇವಾಲಯದ ಭಾಗಶಃ ಗದ್ದುಗೆಯ ಗರ್ಭಗುಡಿಯ ಮುಂಭಾಗದ ಮಂಟಪ ಕಟ್ಟಡ ಕೈಗೊಂಡು ಪೂರ್ಣಗೊಳಿಸುತ್ತಾರೆ. ಹೀಗೆ ಹಲವಾರು ಹುಲಿಕಂಠೇಶ್ವರ ನುಡಿಸುವಂತಹ ಹೇಳಿಕೆಯು ಕೂಡಾ ವಾಸ್ತವಿಕ ಜೀವನಕ್ಕೆ ಸಂಬಂಧ ಹಾಗೂ ಮುನ್ಸೂಚನೆಯಾಗಿದ್ದುದು ಅಲ್ಲದೇ ನಿತ್ಯದ ಜನರ ಬದುಕಿನ ಮೇಲೆ ಆಳವಾಗಿ ಪ್ರಭಾವ ಬೀರುವಂತಹ ಪವಾಡವಾಗಿದೆ.

6

ಪವಾಡಗಳು

1. ಗಂಗಿ ಮಗಾ ಗಂಗಿ ಉದ್ಯಾಗಾಗಲಿ:

ಸುಮಾರು 20-30 ವರ್ಷಗಳ ಹಿಂದಿನ ಮಾತು ಇದು. ಹೇರೂರ (ಬಿ) ಗ್ರಾಮದಲ್ಲಿ ಶೇಕಪ್ಪ ತಳವಾರ ವಾಸವಾಗಿದ್ದು, ಮೂಲತಃ ಭಾಸಗಿ ಗ್ರಾಮದಿಂದ ಬಂದಿರುವಂತಹ ಒಬ್ಬ ಕಬ್ಬಲಿಗ ಕುಟುಂಬದವನಾಗಿದ್ದನು. ಅವರ ಮಗನೇ ಹುಲಿಯಪ್ಪ ತಳವಾರ . ಇವನು ಗ್ರಾಮದಲ್ಲಿ ಭಾಸಗಿ ಹುಲಿಯಪ್ಪ ಎಂಬ ಹೆಸರಿನಿಂದಲೇ ಪ್ರಚಲಿತನಾಗಿದ್ದನು. ಇವನು ಭೀಮಾ ಹೊಳೆಯಲ್ಲಿ ನಾವಿಕನಾಗಿ ಕೆಲಸ ಮಾಡುತ್ತಿದ್ದ. ಇವನು ತುಂಬ ಒರಟು ಸ್ವಭಾವ, ಶಕ್ತಿವಾನ ಹಾಗೂ ಧೈರ್ಯವಂತನಾಗಿದ್ದ. ತುಂಬಿದ ಹೊಳೆ ದಾಟಿ ಬರುವ ಉದ್ಧಟತನ ಮಾಡುತ್ತಿದ್ದ. ಧಾನ್ಯ ತುಂಬಿದ ಚೀಲ ಅನಾಮತ್ ತಲೆಮೇಲೆ ಹೊತ್ತಿಕೊಳ್ಳುತ್ತಿದ್ದ ಎಂದು ಜನರ ಬಾಯಿ ಮಾತು.

ಇಂತಹ ಸಾಮಥ್ರ್ಯ ಉಳ್ಳವನಾಗಿದ್ದ ಹುಲಿಯಪ್ಪ ತಳವಾರ ಕೊನೆಗೂ ಗಂಗಿಪಾಲ ಆಗಿ ಹೋದ ಶೋಕ ಘಟನೆ ಇಲ್ಲಿ ನೆನಪಿಸಿಕೊಳ್ಳಬಹುದು. ಪ್ರತಿ ವರ್ಷದಂತೆ ಮಳೆ ಬರಬೇಕಾದದ್ದು ಮಳೆ ಬಂದಿರಲಿಲ್ಲ. ಹುಲಿಕಂತಿ ಮಳೆ ಹೇಳಿಕೆ ಹೇಳಲಿಲ್ಲ. ಹಾಗೂ ಮಳೆ ಬರುವ ಮುನ್ಸೂಚನೆ ಕೂಡಾ ಪೂಜಾರಿ ನೀಡಲಿಲ್ಲ ಎಂದು ಒಂದು ದಿನಾ ಭಾಸಗಿ ಹುಲಿಯಪ್ಪ, ಸಿದ್ಧಪ್ಪ ಪೂಜಾರಿಗೆ ಉದ್ದೇಶಿಸಿ ಮಾತನಾಡಿದ.

ಮಳೆ ಏನ; ಪೂಜಾರಿ ಮಳೀನ ಹೇಳಲಿಲ್ಲ. ಳಿ ಹೇಳು ಎಂದು ಒತ್ತಾಯ ಮಾಡಿದಾಗ "ಇಲ್ಲೆ ಹೇಳ್ತೇನೊ ಕಬ್ಬಲಿಗ. ಪಾರ್ಟಿ ಕೊಡು ಹೇಳ್ತಿನಿ, ಎಂದು ಸಿದ್ಧಪ್ಪ ಪೂಜಾರಿ ಭಾಸಗಿ ಹುಲಿಯಪ್ಪನಿಗೆ ಉದ್ದೇಶಿಸಿ ಮಾತನಾಡಿದಾಗ , ಆಯಿತು ಪೂಜಾರಿ ಪಾರ್ಟಿನೆ ಮಾಡು, ಎಂದು ನೂರು ರೂಪಾಯಿ ಪೂಜಾರಿ ಜೇಬೊಳಗೆ ಇಟ್ಟು ಬಿಟ್ಟನು.

ಆಗ ಸಿದ್ಧಪ್ಪ ಪೂಜಾರಿ ಹೇಳಿದಾ, ಕಬ್ಬಲಿಗಾ ಭಜನೆ ತೊಗೊಂಡು ಐತವಾರ ಗುಡಿಗೆ ಬಾ, ಮಳೆ ಹೇಳ್ತಿನಿ ಎಂದು ಮಾತು ಕೊಟ್ಟ. ನಡೆದ ಘಟನೆಯಂತೆ ಹುಲಿಯಪ್ಪ 10-20 ಜನರಿಗೆ ಕರೆದುಕೊಂಡು ಗುಡಿಗೆ ಹೋಗಿ ಭಜನೆ ಮಾಡಿದರು. ಆದರೆ ಸಿದ್ಧಪ್ಪ ಪೂಜಾರಿ ಯಾವುದೇ ಸೂಚನೆ ನೀಡದೇ ಮುಖ ತೋರಿಸಲಿಲ್ಲ. ಬೇಸತ್ತು, ಹುಲಿಯಪ್ಪ ಮರಳಿ ಮನೆಗೆ ಹೋದನು.

ಮುಂದೆ ಬರುವ ದೀಪಾವಳಿ ಹಬ್ಬಕ್ಕೆ ಹುಲಿಕಂತೇಶ್ವರ ಹೇಳಿಕೆ ನಡೆಯಿತು. ಅದೇ ಸಮಯದಲ್ಲಿ ಸಿದ್ಧಪ್ಪ ಪೂಜಾರಿ ಮೈಯಲ್ಲಿ ಉಗ್ರ ಬಂತು. ದಿಂಡಿ ಹಿಡಿದ ತಕ್ಷಣವೇ ಭಾಸಗಿ ಹುಲಿಯಪ್ಪ ಓಡಿ ಬಂದು "ಸರಿ ನಿನ್ನೊವನಾ" ನಿನಗೆ ಎಲ್ಲಾನ ದೇವರ' ಎಂದು ದಂಡಿ ಬಿಡಿಸಿ ಪೂಜಾರಿಗೆ ದೂರ ತಳ್ಳಿ ಬಿಟ್ಟ. ಆಗ ಹಿಂದೆ ರೇವಣ್ಣ ಪೂಜಾರಿಗೆ ಉಗ್ರಬಂತು. ಒಮ್ಮೆಲೆ, "ಏ ಗಂಗಿ ಮಗಾ, ಯಾವನೂ ಇಂದಿಗೂ ಹುಲಿಯ ದಂಡಿ ಹಿಡಿದಿಲ್ಲ". ನೀ ಗಂಗಿಮಗಾ, ಗಂಗಿ ಉಡ್ಯಾಗಾಗಲಿ" ಎಂಬ ಮಾತು ರೇವಣಪ್ಪ ಪೂಜಾರಿ ಬಾಯಿಂದ ನುಡಿದ ಹೇಳಿಕೆಯಿಂದ ಜನ ಭಯಭೀತಗೊಂಡು ಸ್ತಬ್ಧವಾಗಿ ನಿಂತು, "ಹಿಂಗ ಹ್ಯಂಗ ಪೂಜಾರಿ?.....ಎಂದರು. ಅದಕ್ಕೆ ರೇವಣಪ್ಪ ಪೂಜಾರಿ 'ಹೋಯಿತು ಮಾತು'...........ಅಂದನು.

ಮುಂದೆ ಕೆಲವೇ ತಿಂಗಳ ನಂತರ ಯುಗಾದಿ ಅಮವಾಸೆ ಮುಗಿದ ನಂತರ ಬರುವ ನಾಗರ ಪಂಚಮಿ ಹಬ್ಬಕ್ಕೆ ಊರಿನಲ್ಲಿ ಎಲ್ಲಾರೂ ಸೇರಿ ಹಬ್ಬ ಆಚರಿಸುವ ಸಂಭ್ರಮದಲ್ಲಿದ್ದರು. ಅದೇ ಸಂದರ್ಭದಲ್ಲಿ ಭಾಸಗಿ ಹುಲಿಯಪ್ಪ, ಮೂರು-ನಾಲ್ಕು ಜನ ಕೂಡಿ ಹೊಳೆಯ ಆಚೆ ದಂಡೆಗೆ ಹೋಗಿ, ಕುಡಿದು, ಕೋಳಿ ಊಟ ಮಾಡುತ್ತಿರುವಾಗ, ಹುಲಿಯಪ್ಪನ ನಾವಿಕ ಆಳು ಹುಡುಗ, ನೌಕೆ ತೆಗೆದುಕೊಂಡು ಹೊಳ ಆಚೆಯ ಊರಿಗೆ ಹೋಗಿ ಬಹಳ ಹೊತ್ತಾಗಿತ್ತು. ಸಾಯಂಕಾಲ ಸುಮಾರು 4 ಗಂಟೆ ಹೊತ್ತಿಗೆ ಜೋಕಾಲಿ ಕಟ್ಟುವ ಸಮಯವಾದರೂ, ಹುಡುಗ ಇನ್ನೂ ಬರಲಿಲ್ಲ. ಆಗ ಹುಲಿಯಪ್ಪನ ಜೊತೆ ಮೂರ-ನಾಲ್ಕು ಜನ ಸೇರಿ ಪಾರ್ಟಿ ಮಾಡುವವರು 'ಏನೋ ಹುಲಿಯಪ್ಪ ? "ಮಗಳಾ, ನೌಕೆ ನಂದ ಅದಾ ಅಂತ ಹೇಳ್ತಿ ಆದ್ರ, ನಿನ್ನ ಆಳ ಇನ್ನು ನೌಕಾ ತೆಗೆದುಕೊಂಡು ಬರಲೇ ಇಲ್ಲ, ತಿರುಗಿ ಹೊತ್ತ ಮುಳಗೊ ವೇಳ ಆಯಿತು. ನಾವು ತಿರುಗಿ ಹೋಗೋದು ಹ್ಯಾಂಗ? ಎಂದರು. ಆಗ ಹುಲಿಯಪ್ಪ "ಏ ಮಗನ, ನೌಕಾ ಈಗ್ಲೋಗಿ ತರೀತಿನಿ ನೋಡು ಎಂದು, ಮೈಯಲ್ಲಿಯ ಬಟ್ಟೆ ಬಿಚ್ಚಿಟ್ಟು ಹೊಳ ಹಾರಿದ. ಸ್ವಲ್ಪ ಮುಂದೆ ನಡು ಹೊಳೆಯಲ್ಲಿ ಹೋದಾಗ, ಒಮ್ಮೆಲೇ ಜೋರಾಗಿ ಕೂಗಿ, ತನ್ನ ಎರಡು ಕೈ ಎತ್ತಿ "ಮುಗಿತು ನನ್ನ ಕತೆ" ಎಂದು ಕೈ ಜೋಡಿಸಿ ನೀರಲ್ಲಿ ಮುಳುಗಿದನು. ಗಂಗಿ ಮಗನಾದ ಹುಲಿಯಪ್ಪ ಗಂಗಿ ಮಡಿಲಲ್ಲಿ ಸೇರಿದನು. ಆಗ "ಗಂಗಿ ಮಗಾ ಗಂಗಿ ಉಡ್ಯಾಗಾಗಲಿ" ಎಂಬ ನುಡಿದ ಹೇಳಿಕೆಯಂತೆ ಈ ಪವಾಡ ನಡೆಯಿತು ಎಂಬುದು ಜನರ ಅಭಿಪ್ರಾಯ. ಅದಕ್ಕೆ ಭಕ್ತರ ನಂಬಿಕೆಯಂತೆ ಇಲ್ಲಿ ಹೇಳಿಕೆ ಹೇಳುವ ಸಮಯದಲ್ಲಿ ಯಾರೂ ದಂಡಿ ಹಿಡಿಬಾರದು. ತಿಳಿದು-ತಿಳಿದು ಮಾಡಿದ ಕುಚೇಷ್ಟಿಗೆ ಇಂತಹ ಅನಾಹುತಗಳು ಸಂಭವಿಸುತ್ತವೆ ಎಂಬ ಮಾತು ಇದು. ಶ್ರೀ ಹುಲಿಕಂತೇಶ್ವರ ದೇವರ ಇಂತಹ ಹಲವಾರು ಅದ್ಭುತ ಪವಾಡಗಳು ನಡೆದದ್ದು ಇಲ್ಲಿನ ಜನರೇ ಸಾಕ್ಷಿ. ಹೀಗೆಯೇ ದೇವರ ಮೇಲೆ ಅಪಾರ ನಂಬಿಕೆ ಹೊಂದಿರುವ ಜನರ ಕಷ್ಟದಲ್ಲಿ ಓಡಿ ಬಂದು ಭಕ್ತರಿಗೆ ಕಾಪಾಡಿದ್ದಾನೆ ಎಂಬ ನಂಬಿಕೆಯೂ ಇಲ್ಲಿನ ಜನರಲ್ಲಿದೆ. ಅಂತಹ ಹಲವಾರು ಪವಾಡಗಳು ಇಲ್ಲಿವೆ.

ಭಾಸಗಿ ಹುಲಿಯಪ್ಪ ಭೀಮಾ ಹೊಳೆಯಲ್ಲಿ ನಾವಿಕನಾಗಿದ್ದ

ಭಾಸಗಿ ಹುಲಿಯಪ್ಪ, ಸಿದ್ಧಪ್ಪ ಪೂಜಾರಿಗೆಮಲೀ ಹೇಳು ಎಂದು ಒತ್ತಾಯ ಮಾಡುವ ದೃಶ

ಭಾಸಗಿ ಹುಲಿಯಪ್ಪ ಮತ್ತು ಉರಿನ ಕೆಲವ ಜನರು ಗುಡಿಯಲ್ಲಿ ಬಜನೆ ಮಾ ಡುವ ದೃಶ

ಭಾಸಗಿ ಹುಲಿಯಪ್ಪ ಪಲ್ಲಖಿ ದಿಂಡಿ ಹಿಡಿದು ಉದ್ಧಟತನ ಮಾಡಿದ ದೃಶ

ಹೆಳಕಿಯಂತೆ ಬರುವ ನಾಗರಪಂಚಮಿ ಹಬ್ಬದ ಸಂಬ್ರಮನಲ್ಲಿ ಜನ

ಬಾಸಗಿ ಹುಲ್ಯಪ್ಪ ತನ್ನ ಗೆಳೆಯರಯೋಂದಿಗೆ ಹೊಳೆ ದಂಡೆಯಲ್ಲಿ ಕುಳಿತ

ಬಾಸಗಿ ಹುಲ್ಯಪ್ಪ ತುಂಬು ಹೊಳೆನಿರಲ್ಲಿ ಈಜುತಾಇರೊದು ದೃಶ

ಕೊನೆಗು ಬಾಸಗಿ ಹುಲ್ಯಪ್ಪ ನುಡಿದ ಹೇಳಿಕೆಯಂತೆ ಗಂಗಿ ಪಾಲವಾದನು

2. ಸಮಯಕ್ಕೆ ಬಂದು ಶ್ರೀ ಹುಲಿಕಂತಿಯ ಪಾಲಕಿ ದರ್ಶನ ಮಾಡಿದ ಪವಾಡ

ಹೇರೂರ ಗ್ರಾಮದಲ್ಲಿ ಬಾಬಾರು ಎಂಬ ಹೆಸರಾಂತ ವಕೀಲ ಸಾಬರು ಇದ್ದರು. ಅವರು ಇಡೀ ಊರಿಗೆ ದೊಡ್ಡ ಗಣ್ಯವ್ಯಕ್ತಿಯಾಗಿದ್ದರು. ಅವರ ಮುಂದೆ ಎಲ್ಲಾ ಊರಿನ ಜನರು ತಲೆ ತಗ್ಗಿಸಿ ನಿಲ್ಲುತ್ತಿದ್ದರು. ಅವರು ದಿನಾಲೂ ಊರಿನಿಂದ ಕಲಬುರ್ಗಿಯವರೆಗೆ ಕುದುರೆ ಮೇಲೆ ಹೋಗಿ ಬರುತ್ತಿದ್ದರು. ವಕೀಲ ಕೆಲಸದಲ್ಲಿ ಬಹಳ ಚಾಣಾಕ್ಷ ಪಡೆದಂತಹ ಅವರು ಊರಿಗೆ ನ್ಯಾಯ ಮಾಡುವಂಥವರು. ಅವರ ಯಾವುದೇ ಮಾತು ಯಾರೂ ಮೀರುವುದಿಲ್ಲ ಎಂಬ ನಂಬಿಕೆಯೂ ಇತ್ತು. ಪ್ರತಿ ವರ್ಷ ಹುಲಿಕಂತಿ ದೇವರ ಪಾಲಕಿಗೆ ತಪ್ಪದೇ ಬಂದು ಹಾಜರಾಗುತ್ತಿದ್ದರು. ಇದೇ ರೀತಿ ಹುಲಿಕಂತಿ ಪಾಲಕಿಯ ಹಬ್ಬವಿತ್ತು. ಕಲಬುರ್ಗಿಯಿಂದ ಬರುತ್ತಿರುವಾಗ ವಕೀಲ ಸಾಹೇಬರು ದಾರಿಯಲ್ಲಿ ಕುದುರೆ ಮೇಲೆ ಬರುತ್ತಿದ್ರು. ಹೇಗಾದರೂ ಪಾಲಕಿ ದರ್ಶನ ಮಾಡಬೇಕು ಎಂಬ ಆತುರದಿಂದ ಊರಿಗೆ ಬರುತ್ತಿರುವಾಗ ಸಂಜೆ ಹೊತ್ತಿನಲ್ಲಿ ಕುದುರೆ ಹಳ್ಳ ದಾಟುತ್ತಿರುವಾಗ, ಕೆಸರಿನಲ್ಲಿ ಸಿಲುಕಿ ಕುಸಿದು ಬಿತ್ತು. ಹೊರ ಬರಲು ಕುದುರೆ ಬಹಳ ಚಟಪಡಿಸತ್ತಾ ಇತ್ತು. ಆದರೆ ಏನೂ ಪ್ರಯೋಜನವಾಗದೆ ಸಮಯ ಮೀರುತ್ತಾ ಹೋಯಿತು. ಪಾಲಕಿ ಊರ ಹೊರಗೆ ಹೋಗುವ ಸಮಯವಾಯಿತು. ಆಗ ವಕೀಲಸಾಹೇಬರು ಮನಸ್ಸಲ್ಲಿ ಹುಲಿಕಂತಿಗೆ ಮನಸಾರೆ ನೆನದು ಬೇಡಿಕೊಂಡ್ರು "ಎಪ್ಪಾ ಹುಲಿಕಂತಿ, ಇಲ್ಲಿಯವರೆಗೂ ನಾನು ನಿನ್ನ ಪಾಲಕಿ ದರ್ಶನ ತಪ್ಪಿಸಿಲ್ಲ. ಆದರೆ ಏಕೋ ಏನೋ? ನಾನು ಬರುವುದು ನಿನಗೆ ಇಷ್ಟವಿಲ್ಲಂತ ಕಾಣುತ್ತೆ. ಹಾಗೆ ಆಗಲಿ ನಾನು ಬರೋದೆ ಬಿಡುತ್ತೇನೆ". ಈ ಮಾತು ಹೇಳಿದ ತಕ್ಷಣವೇ ಕೆಸರಿನಲ್ಲಿ ಸಿಲುಕಿದ ಕುದುರೆ ರೋಷದಿಂದ ಕೆಸರ ಹೊರಗೆ ಜಿಗಿದು ಎದ್ದು ನಿಂತಿತು. ಆಗ ಬಾಬರು (ವಕೀಲಸಾಬರು) ಪಾಲಕಿ ದರ್ಶನಕ್ಕೆ ಹಾಜರಾದರು ಎಂಬ ಮಾತು ಇದೆ. ಇಲ್ಲಿಯ ಭಕ್ತರಿಗೆ ಕಷ್ಟದಲ್ಲಿ ಕಾಪಾಡುತ್ತಾನೆ ಹಾಗೂ ಭಕ್ತಿಯಿಂದ ನೆನೆದವರಿಗೆ ದರ್ಶನ ನೀಡುತ್ತಾನೆ ಎಂಬ ಮಾತು ಇದು

ಹೇರೂರ ಗ್ರಾಮದ ಬಾಬಾರುವರ ಒಂದು ಕುದುರೆ

ಬಾಬಾರು ಕಲಬುರಗಿಯಿಂದ ಹುಲಕಂಠಿ ಪಲ್ಲಖೀಗೆ ಉರಿಗೆ ಕುದುರೆಮೇಲೆ ಬರಲು

ಹಾದಿಯಲ್ಲಿ ಕೆಸರನಲ್ಲಿ ಸಿಲುಕಿದ ಕುದುರೆ ಹೊರ ಬರಲು ಪಡದಾಟ

ಸಮಯಕ್ಕೆ ಬಂದು ಶ್ರೀ ಹುಲಿಕಂಠಿಯ ಪಾಲಕಿ ದರ್ಶನ ಮಾಡಿದ

2 .ಕುದುರೆ ಕುಂಟುವುದು ವಾಸಿಯಾಯಿತು.:

ಅದರಂತೆ ವಕೀಲ ಸಾಬರೊಂದಿಗೆ ಆದ ಎರಡನೇಯ ಪವಾಡ ಎಂದರೆ, ಬಾಬಾಸಾಹೇಬರ ಕುದುರೆ ಬಹಳ ದಿನಗಳಿಂದ ಕುಂಟುತ್ತಾ ಇತ್ತು. ಯಾವುದೇ ದವಾಖಾನೆ ಹಾಗೂ ಔಷಧೋಪಚಾರ ಮಾಡಿದ್ರು ಕೂಡಾ ಪ್ರಯೋಜನವಾಗಿರಲಿಲ್ಲ. "ಕುದುರೆ ಕುಂಟುವುದು ಸರಿಹೋಗಲಿ, ನಾನು ನಿನಗೆ ಬೆಳ್ಳಿಯ ಕುದುರೆ ಮೂರ್ತಿ ಅರ್ಪಿಸುತ್ತೇನೆ. "ಎಂದು ವಕೀಲಸಾಬರು ಊರಿನ ಮನೆ ದೇವರಾದ ಹುಲಿಕಂಠಿಗೆ ಬೇಡಿಕೊಂಡರು. ಅವರು ಈ ರೀತಿ ಬೇಡಿಕೊಂಡ ಕೆಲವೇ ದಿನಗಳ ನಂತರ ಕುದುರೆ ಕುಂಟುವುದು ವಾಸಿಆಯಿತು. ಆಗ ನುಡಿದಂತೆ ವಕೀಲಸಾಬರು ಹುಲಿಕಂಠಿಗೆ ಒಂದು ಬೆಳ್ಳಿಯ ಕುದುರೆ ಮಾಡಿ ಗುಡಿಗೆ ಅರ್ಪಿಸುತ್ತಾರೆ. ಇಲ್ಲಿಯ ಜನರು ಕುದುರೆ ಹುಲಿಕಂಠಿ ದೇವರ ಪ್ರತಿರೂಪವೆಂದು ಭಾವಿಸುತ್ತಾರೆ. ಹೀಗಾಗಿ ಊರಲ್ಲಿ ಯಾರಾದರೂ ಕುದುರೆ ತಂದು ಅದರ ಮೇಲೆ ಕೂಡಬೇಕಾದರೆ ಮೊದಲು ಹುಲಿಕಂಠಿ ದೇವರ ಹೆಸರ ಮೇಲೆ ಒಂದು ಬೆಳ್ಳಿಯ ಕುದುರೆ ಮಾಡಿಸಿ, ಅದು ದೇವರಿಗೆ ಅರ್ಪಿಸಬೇಕೆಂಬ ವಾಡಿಕೆ ಕೂಡಾ ಇಲ್ಲಿ ಇದೆ.

ಯಾವುದೇ ರೂಪದಲ್ಲಿ ಬಂದು ದರ್ಶನ ನೀಡುತ್ತಾನೆ. :

ಹುಲಿಕಂಠಿಯು ಭಕ್ತರಿಗೆ ಯಾವುದೇ ಮನುರಂಭ್ಯ ರೂಪದಲ್ಲಿ ಬಂದು ಕಾಪಾಡುತ್ತಾನೆ ಹಾಗೆ ಅವನು ನೆನೆದ ಭಕ್ತರ ಆಸೆಯನ್ನು ಹಾಗೂ ಕಷ್ಟಗಳ ನಿವಾರಣೆಯನ್ನು ಮಾಡುತ್ತಾನೆ

ಎಂಬುದು ಹಲವಾರು ಭಕ್ತರ ಅನುಭವ ಕೂಡಾ ಇಲ್ಲಿ ಇವೆ.

ಸುಮಾರು ಹತ್ತ-ಹದಿನ್ಯೆದು ವರ್ಷಗಳ ಹಿಂದಿನ ಮಾತು ಇದು. ಹೇರೂರ ರೇವಣಸಿದ್ದಪ್ಪ ಕುಂಬಾರ ಇವರು ಮಹಾರಾಷ್ಟ್ರಕ್ಕೆ ವಲಸೆ ಹೋಗಿ ಮತ್ತೆ ಮರಳಿ ಊರಿಗೆ ಬರುವಾಗ ಗಾಣಗಾಪೂರ ಸ್ಟೇಷನ್‌ದಲ್ಲಿ ಇಳಿದುಕೊಂಡ್ರು. ಆಯಾಸವಾದ ಕಾರಣ ಸ್ವಲ್ಪ ಹೊತ್ತು ನಿಂತು ಮನಿಗೆ ಹೋಗಬೇಕು ಎಂದು ಗಾಣಗಾಪೂರ ಸ್ಟೇಷನ್‌ದಲ್ಲಿ ಬಾಳೆಹಣ್ಣು ನೋಡಿ, ಹಸಿವು ಹೆಚ್ಚಾಗಿ ಬಾಳೆ ಹಣ್ಣು ತಿನ್ನಬೇಕೆಂಬ ಆಸೆಯಾಗಿ ಒಂದು ಡಜನ ಬಾಳೆ ಹಣ್ಣು ತೆಗೆದುಕೊಂಡರು. ಸ್ಟೇಷನದಿಂದ ಒಂದು ಮೈಲಿ ಅಂತರದ ಗಿಡದ ನೆರಳಲ್ಲಿ ಕುಳಿತು ಹೇಗಾದರೂ ಮಾಡಿ ಈಗ ಬಾಳೆಹಣ್ಣು ತಿನ್ನಬೇಕು ಅಂದ ಕೂಡಲೇ ಹುಲಿಕಂಠಿಯ ನೆನಪಾಯಿತು. ಹಿರಿಯರು ಹೇಳಿದಮಾತು ಇವರಿಗೆ ನೆನಪಾಯಿತು. ಅದೇನೆಂದರೆ, ಊರಿನಲ್ಲಿ ಯಾರೇ ಬಾಳೆಹಣ್ಣು ತಿನ್ನಬೇಕಾದರೆ, ಮೊದಲು ಪೂಜಾರಿ ಅಥವಾ ಯಾರಿಗಾದರೂ ಕೊಟ್ಟು ತಿನ್ನಬೇಕೆಂಬ ಮಾತು ನೆನಪಾಯಿತು. ಆಗ ಅಲ್ಲಿ ಯಾರಿಗಾದರೂ ಬಾಳೆಹಣ್ಣು ಕೊಟ್ಟು ತಿನ್ನಬೇಕು ಎಂದು ಸುತ್ತಮುತ್ತ ನೋಡಿದರು. ಅಲ್ಲಿ ಯಾರೂ ಕಾಣಲಿಲ್ಲ. ಬಹಳಷ್ಟು ಹೊತ್ತು ಕಾಯುತ್ತಾ ಕುಳಿತರು. ಹೊಟ್ಟೆ ಹಸಿತಾ ಇತ್ತು. ಬಾಳೆ ಹಣ್ಣು ತಿನ್ನಬೇಕು ಎಂಬ ಆಸೆ ಪ್ರಬಲವಾಯಿತು. ಆದರೆ, ಯಾರಿಗೂ ಕೊಡದೆ ತಿನ್ನುವ ಹಾಗಿಲ್ಲ ಎಂಬ ನಂಬಿಕೆಯು ಇತ್ತು. ಬಹಳ ಹೊತ್ತಾದ ಮೇಲೆ ಯಾರೂ ಕಾಣದಾಗ, ತಂಬಾಕಾದ್ರು ಹಾಕೊಂಡು ಮನೆಗೆ ಹೋಗೋಣ ಎಂದು ಹಾಗೆಯೆ ಬಾಳೆ ಹಣ್ಣು ಇಟ್ಟುಬಿಟ್ಟ. ಯಾರೂ ಕಾಣಲಿಲ್ಲ. ಹಾಗೋ ಹೀಗೋ ಮನೆಗೆ ಹೋದರಾಯಿತು ಎಂದ ಕೂಡಲೇ ಒಬ್ಬ ಮನುಷ್ಯ ಎದುರುಗಡೆ ಬಂದು ನಿಂತ. ಅವನು ಎಲ್ಲಿಂದ ಬಂದ್ರಿ? "ಅಪ್ಪರು ಸ್ವಲ್ಪ ತಂಬಾಕು ಕೊಡ್ರಿ ಎಂದು ಮುಂದೆ ಬಂದು ಕೈಚಾಚಿದ. ಯಾರೆಂದು ಅವನನ್ನ ನೋಡಿದಾಗ ಅವನು ಒಂದು ಹುಚ್ಚನ ತರಹ ಕಾಣ್ತಾ ಇದ್ದ. ಇವರು ಅವನನ್ನು ಉದ್ದೇಶಿಸಿ "ಏನೋ? ನೀನು ಬರೀ ತಂಬಾಕ ಸಲುವಾಗಿ, ಅಲ್ಲಿಂದ ಇಲ್ಲಿವರೆಗೆ ಬಂದಿದ್ದೇನು? ಎಂದು ಕೇಳಿದರು". ಅದಕ್ಕ ಅವನು "ಏ ಇಲ್ರೆಪ್ಪ, ನಾನು ನಮ್ಮ ಅಕ್ಕನ ಬಳಿ ಊರಿಗೆ ಹೊರಟಿದ್ದೆ ಅದಕ್ಕ ಸುಮ್ಮನೆ ತಂಬಾಕು ಬೇಕಾಯಿತು" ನಿಮ್ಮನ್ನು ನೋಡಿ ಬಂದೆ ಎಂದನು. ಅದಕ್ಕ ಇವರು ಯಾವೂರಿಗೆ ಹೋಗಬೇಕು? ಎಂದು ಕೇಳಿದರು. ಅವನು ಸಿನ್ನೂರಿಗೆ ಹೋಗಬೇಕು ಎಂದನು. ಮತ್ತೆ ಇವರು ಸಿನ್ನೂರಿಗೆ ಯಾಕೆ ಹೊರಟಿದ್ದಿ? ಎಂದು ಕೇಳಿದರು. ಆಗ ಅವನು ಏನೂ ಇಲ್ಲ, ನನಗೆ ಊರಿಗೆ ಹೋಗೋಕೆ ನಮ್ಮ ಅಕ್ಕ ಇವತ್ತು ರೂಪಾಯಿ ಕೊಡ್ತೀನಿ ಬಾ ಅಂತ ಕರದಾಳ ಅದಕ ಹೋಗತಾ ಇದ್ದೇನಿ ಅಂದನು. ಕುಂಬಾರರವರು ಆಶ್ಚರ್ಯದಿಂದ ಕೇಳಿದರು. ಏನು? ಇವತ್ತು ರೂಪಾಯಿ ಸಲುವಾಗಿ ನೀನು ನಿಮ್ಮ ಅಕ್ಕನ ಬಳಿಗೆ ಹೋಗತಾ ಇದ್ದಿ ಎಂದರು.

ನೀವು ಎಷ್ಟು ಮಂದಿ? ಏನು ಕೆಲಸ ಮಾಡ್ತ್ರಿ? ಎಂದು ರೇವಣಸಿದ್ದಪ್ಪ ಕೇಳಿದಾಗ, ನನ್ನ ಊರು ಇತ್ತಲಸಿರ್ಯ, ನಾವು ಹಾಲಮತದವರು ಎಂದು ಹೇಳಿದಾಗಲೇ, ರೇವಣಸಿದ್ದಪ್ಪರವರ ಮನದಲ್ಲಿ ಹುಲಿಕಂಠಿ ದೇವರು ಪ್ರತ್ಯಕ್ಷವಾಗಿ ದರ್ಶನವಾದಂತೆ ಆನಂದವಾಯಿತು. ನಾನು ಯಾರನ್ನು ಮನಸ್ಸಿನಲ್ಲಿ ನೆನೆತಾ ಇದ್ದೆ ಅವನೇ ಪ್ರತ್ಯಕ್ಷ ನನ್ನ ಎದುರು ಬಂದ ಕುಳಿತಿದ್ದಾನೆ ಎಂದು ತಿಳಿದು ಭಕ್ತಿಯಿಂದ ಆ ಭಗವಂತ ಹುಲಿಕಂಠಿಗೆ ಕೈ ಮುಗಿದು, "ಅಪ್ಪ ಹುಲಿಕಂಠಿ

ನನಗೆ ಬಾಳೆಹಣ್ಣು ತಿನ್ನುವ ಆಸೆ. ನನ್ನ ಆಸೆ ಈಡೇರಿಸಲು ನೀನು ತಂಬಾಕು ನೆಫಾ ಮಾಡಿ ನನ್ನ ಮುಂದೆ ಬಂದು ನಿಂತಿದಲ್ಲ" ಎಂದು ಸ್ಮರಿಸಿ ನೀನು ಬೇರೆ ಯಾರೂ ಅಲ್ಲ, ನೀನೇ ಹುಲಿಕಂತಿ. ನಿನಗೆ ಬಾಳೆ ಹಣ್ಣು ತಿನ್ನಬೇಕಾಗ್ಯಾದ ಅದಕ್ಕ ಕುರುಬ ರೂಪದಲ್ಲಿ ಬಂದು ನನಗೆ ದರ್ಶನ ನೀಡಿದೆ ಎಂದು ಮನಸ್ಸಿನಲ್ಲೇ ಗದ್ಗದಿತನಾಗಿ ಆ ಅಪರಿಚಿತನಿಗೆ ಬಾಳೆಹಣ್ಣು ಕೊಟ್ಟು ತಾವು ತಿಂದರು. ಅದಕ್ಕ ಯಾರು ಭಕ್ತರು ಮನದಲ್ಲಿ ನೆನೆಯುತ್ತಾರೆ ಅವರಿಗೆ ಯಾವುದೇ ರೂಪದಲ್ಲಿ ಬಂದು ದರ್ಶನ ನೀಡಿ ಭಕ್ತರ ಆಸೆ ಪೂರೈಸುತ್ತಾನೆ ಎಂಬ ಹಲವಾರು ನಂಬಿಕೆಗಳಿವೆ.

♧

3. ಕರಿ ಎಮ್ಮೆಗಳು ಬಿಳಿಎಮ್ಮೆವಾದವು.

ಕೆಲವು ಸಾರಿ ಭಕ್ತರು ತಮ್ಮ ರಕ್ಷಣೆಗಾಗಿ ದೇವರಲ್ಲಿ ಭಕ್ತಿಯಿಂದ ಬೇಡಿದ್ರ ದೇವರು ಅದನ್ನು ಪೂರೈಸಿದ್ದಾನೆ. ಅದು ಒಳ್ಳೆಯದು ಅಥವಾ ಕೆಟ್ಟದ್ದು ಆಗಲಿ. ಅಂತಹ ಪವಾಡಗಳು ಕೂಡಾ ಇಲ್ಲಿ ಇವೆ.

ಹಲವಾರು ವರ್ಷಗಳ ಹಿಂದಿನ ಕಥೆಯಿದು. ಹೇರೂರಿನಲ್ಲಿ ಕಬ್ಬಲಿಗ ಸಮುದಾಯದ ಶಿಜವಾ ದೊಡ್ಡಪ್ಪ ಎಂಬ ವ್ಯಕ್ತಿ ಇದ್ದನು. ಅವರ ಬಳಿ, ಬಹಳಷ್ಟು ಬಿಳಿ ಎಮ್ಮೆಗಳು ಇದ್ದವು. ಹೀಗೆಯೆ ಒಂದು ಸಲ ಎಮ್ಮೆಗಳು ಮೈಸಲು ಹೊರ ಹೋದಾಗ ಒಂದು ಸಾರಿ ಬೇರೆ ಊರಿನ ಐದು ಕರಿ ಎಮ್ಮೆಗಳು ಇವುಗಳ ಜೊತೆ ಸೇರಿ ಬಂದಿದ್ದು. ಶಿಜವಾ ದೊಡ್ಡಪ್ಪ ಅವರು ಈ ಐದು ಎಮ್ಮೆಗಳು ಕೂಡಾ ತಮ್ಮ ಬಿಳಿ ಎಮ್ಮೆ ಜೊತೆ ಮನೆಯಲ್ಲಿ ಕಟ್ಟಿ ಹಾಕಿದ್ರು. ಸ್ವಲ್ಪ ದಿನಗಳ ನಂತರ ಆ ಬೇರೆ ಊರಿನ ಎಮ್ಮೆಯ ಮಾಲಕರು ಕಾಣೆಯಾದ ತಮ್ಮ ಎಮ್ಮೆಗಳನ್ನು ಹುಡುಕ್ತಾಯಿದ್ರು. ಒಂದು ತಿಂಗಳ ನಂತರ ಅವರಿಗೆ, ಎಮ್ಮೆಗಳು ಹೇರೂರನಲ್ಲಿವೆ ಎಂದು ಸೂಚನೆ ಬಂತು. ಅದರಂತೆ ಕರಿ ಎಮ್ಮೆಯ ಮಾಲಕರು ಅವುಗಳನ್ನು ತೆಗೆದುಕೊಂಡು ಹೋಗಲು ಹೇರೂರ ಗ್ರಾಮಕ್ಕ ಬಂದರು. ಈ ವಿಷಯ ಶಿಜವಾಗೆ ಗೊತ್ತಾಯಿತು. ಆಗ ಶಿಜವಾಗೆ ಒಂದು ವೇಳ ನನ್ನ ಮನೆಯಲ್ಲಿ ಎಮ್ಮೆ ಸಿಕ್ಕುಬಿಟ್ಟರೆ ನನ್ನ ಮರ್ಯಾದೆ ಪ್ರಶ್ನೆ ಎಂಬ ಭಯಹುಟ್ಟಿತು. ಒಂದು ವೇಳ ನನ್ನಲ್ಲಿ ಎಮ್ಮೆ ಇವೆ ಎಂದು ಗೊತ್ತಾದ್ರ ನನಗೆ ಸುಮ್ಮನೆ ಬಿಡೋದಿಲ್ಲ ಎಂಬ ಭಯವೂ ಹುಟ್ಟಿತು. ಹೇಗಾದ್ರೂ ಮಾಡಿ ಈ ಕಷ್ಟದಿಂದ ಪಾರ ಆಗಬೇಕು ಎಂದು ಶಿಜವಾ ದೊಡ್ಡಪ್ಪ ಹುಲಕಂತಿಗೆ ಭಕ್ತಿಯಿಂದ "ಎಪ್ಪ ಹುಲಿಕಂತಿ, ನನಗೆ ಈ ಕಷ್ಟದಿಂದ ಪಾರ ಮಾಡು ನಾನು ನಿನ್ನ ದೊಡ್ಡ ಹಬ್ಬ ಮಾಡುತ್ತೇನೆ" ಎಂದು ಬೇಡಿಕೊಂಡಾಗ ಅವನಲ್ಲಿರುವ ಬಿಳಿ ಎಮ್ಮೆಗಳ ಜೊತೆ ಇವು ಐದು ಎಮ್ಮೆಗಳು ಕೂಡಾ ಬಿಳಿ ಎಮ್ಮೆ ಆಗಿ ಬಿಟ್ಟು. ಆ ಕರಿ ಎಮ್ಮೆ ಮಾಲಕರು ಅವುಗಳನ್ನು ಚೌಕಾಶಿ ಮಾಡಲು ಶಿಜವಾ ಮನೆಗೆ ಹೋದಾಗ ಅಲ್ಲಿರುವ ಬಿಳಿಎಮ್ಮೆಗಳನ್ನು ನೋಡಿ 'ಇದರಲ್ಲಿ ಯಾವುದು ಕರಿ ಎಮ್ಮೆಗಳು ಕಾಣ್ತಾಯಿಲ. ಇದರಲ್ಲಿ ನಮ್ಮ ಎಮ್ಮೆಗಳು ಯಾವುದು ಅಲ್ಲ' ಎಂದು ಮತ್ತೆ ಹೊರಟು ಹೋದರು. ನಂಬಿದ ಭಕ್ತರಿಗೆ ದೇವರು ಕೈಕೊಡೋದಿಲ್ಲ ಎಂಬುದು ಪ್ರಚಲಿತ. ಆದರೂ ಭಕ್ತರು ದೇವರಲ್ಲಿ ಯಾವಾಗಲೂ ಒಳ್ಳೆದನ್ನೆ ಬೇಡಬೇಕು, ತಮ್ಮ ಸ್ವಾರ್ಥಕ್ಕಾಗಿ ದೇವರ ಮುಂದೆ ಬೇಡಿ ಅದರ

ದುರುಪಯೋಗ ಮಾಡಿಕೊಳ್ಳಬಾರದು.

ಇಲ್ಲಿ ದೇವರ ಮಹಿಮೆ ಮತ್ತು ಪವಾಡಗಳು ಹಾಗೂ ಭಕ್ತರ ಬೇಡಿಕೆ ಬಹಳ ಮುಖ್ಯವಾಗಿದೆ. ಹೀಗೆ ಹಲವಾರು ಪವಾಡಗಳು ನಡೆದಿವೆ ಹಾಗೂ ನಡೆಯುತ್ತಲೇ ಇವೆ ಎಂಬುದಕ್ಕೆ ಇಲ್ಲಿನ ಜನರೇ ಸಾಕ್ಷಿ. ನಂಬಿಕೆ, ಭಾವನೆ, ಭಕ್ತಿ ಹಾಗೂ ಪೂಜಾ ಆರಾಧನೆ ಕೂಡಾ ಬಹಳ ಶ್ರೇಷ್ಠವಾದದ್ದು. ಈ ಊರಿನಲ್ಲಿ ಊರ ಜನರ ನಂಬಿಕೆಗೆ ಹುಲಿಕಂತಿ ಸದಾ ಕಾಪಾಡುತ್ತಾನೆ. ಯಾರಿಗೆ ಮಕ್ಕಳ ಭಾಗ್ಯವಿಲ್ಲ ಅವರಿಗೆ ಮಕ್ಕಳ ಭಾಗ್ಯ ದೊರಕಿದೆ. ಕಳೆದು ಹೋದ ಹೋರಿ ಮತ್ತೆ ಮನೆಗೆ ಬಂತು. ಕಷ್ಟದಲ್ಲಿ ಬಂದು ಯಾವ ರೂಪದಲ್ಲಿ ಕಾಪಾಡುತ್ತಾನೆ. ಈ ಊರಿನ ಹೆಣ್ಣು ಮಕ್ಕಳ ಮೇಲೆ ಹುಲಿಕಂತಿ ಬಹಳ ಜೀವ ಇದ್ದಾನೆ ಎಂದು ಇಲ್ಲಿನ ಜನರಿಗೆ ನಂಬಿಕೆ. ಊರಿಗೆ ಬಂದು ದೇವರ ಮುಂದೆ ಬೇಡಿಕೊಂಡರೆ ಹೆಣ್ಣಿಗೆ ಎಂದೂ ಖಾಲಿ ಕೈಯಿಂದ ಕಳಿಸುವುದಿಲ್ಲ ಎಂಬುದು ಕೂಡಾ ಅಪಾರ ನಂಬಿಕೆಯಿಂದ ಹೇಳಲಾಗುತ್ತದೆ.

ಒಂದು ಸಲ ಎಮ್ಮೆಗಳು ಮೈಸಲು ಹೊರ ಹೋದಾಗ

ಬೇರೆ ಊರಿನ ಐದು ಕರಿ ಎಮ್ಮೆಗಳು ಇವುಗಳ ಜೊತೆ ಸೇರಿ ಬಂದಿದ್ದು.

ಒಂದು ತಿಂಗಳ ನಂತರ ಅವರಿಗೆ, ಎಮ್ಮೆಗಳು ಹೇರೂರನಲ್ಲಿವೆ ಎಂದು ಸೂಚನೆ ಬಂತು

ಕರಿಎಮ್ಮೆಯ ಮಾಲಕರು ಅವುಗಳನ್ನು ತೆಗೆದುಕೊಂಡು ಹೋಗಲು ಹೇರೂರ ಗ್ರಾಮಕ್ಕೆ ಬಂದರು.

೧

4 .ಕಾಯಿಲೆ ವಾಸಿ ಆಯಿತು:

ಸುಮಾರು ಮೂವತ್ತು ವರ್ಷಗಳ ಹಿಂದಿನ ಮಾತು. ಹೇರೂರಿನ ಒಬ್ಬ ಮನುಷ್ಯ ಬಹಳ ವರ್ಷಗಳ ಹಿಂದೆ ಸೊಲ್ಲಾಪೂರಕ್ಕೆ ವಲಸೆ ಹೋಗಿದ್ದ. ಶ್ರೀ ಹುಲಿಕಂತಿರಾಯಗೆ ಬಾಳೆಹಣ್ಣು ಅಂದ್ರ ಬಹಳ ಇಷ್ಟ. ಯಾರಾದರೂ ಊರಿನ ಜನ ಬಾಳೆಹಣ್ಣು ತೊಗೊಂಡ್ರ, ತಿನ್ನುವುದಕ್ಕಿಂತ ಮುಂಚೆ ಯಾರಿಗಾದ್ರ ಒಬ್ಬ ಪೂಜಾರಿ ಅಥವಾ ಭಿಕ್ಷುಕನಿಗೆ ಕೊಟ್ಟು ತಾವು ತಿನ್ನಬೇಕು ಎಂಬ ವಾಡಿಕೆ ಈ ಊರಲ್ಲಿದೆ. ಆ ಮನುಷ್ಯ ಹೇರೂರಿಗೆ ಬಂದಾಗ ಒಮ್ಮೆ ಬಾಳೆ ಹಣ್ಣು ತಗೊಂಡು ತಿನ್ನುತ್ತಿರುವಾಗ ಒಬ್ಬ ಭಿಕ್ಷುಕ ಅವನ ಹಿಂದೆ-ಹಿಂದೆ ಬರತಾಯಿದ್ದ. ಅವನಿಗೆ ಪದೇ-ಪದೇ ಮೈ ಮೇಲೆ ನೂಕುತಾಯಿದ್ದ. ಆದರೂ ಕೂಡಾ ಅವನಿಗೆ ಆ ಭಿಕ್ಷುಕನ ಮೇಲೆ ಯಾವುದೇ ಕರುಣೆ ಬರಲಿಲ್ಲ. ಅವನಿಗೆ ಬಾಳೆ ಹಣ್ಣು ಕೊಡಬೇಕು ಎಂಬ ಅರಿವು ಆಗಲಿಲ್ಲ. ಅವನು ತಿರುಗಿ ಸೋಲ್ಲಾಪೂರಕ್ಕೆ ಹೋದ ಮೇಲೆ ಅವನಿಗೆ ಆರಾಮ ತಪ್ಪಿಹೋಯಿತು. ಹಲವಾರು ಔಷಧೋಪಚಾರವಾದರೂ ಕಾಯಿಲೆ ವಾಸಿ ಆಗದೇ, ಬಹಳ ಯಾತನೆಗಳು ಸಹಿಸಲಾರದಷ್ಟು ಕಷ್ಟಗಳು, ಅನುಭವಿಸ ಹತ್ತಿದನು, ಬರುವ ದೀಪಾವಳಿ ಅಮವಾಸ್ಯೆಗೆ

ಹೇರೂರ ಹುಲಿಕಂಠಿ ಪಾಲಕಿ ಇರುವುದು. ಆಗ ಊರಿಗೆ ಹೋಗಿ ಹುಲಿಕಂಠಿರಾಯನ ಹೇಳಿಕೆ ಕೇಳಿದರಾಯಿತೆಂದು ಮನಸ್ಸಿನಲ್ಲೇ ಹೇಳಿಕೊಂಡ. ಅದೇ ರೀತಿ ಅವನು ದೀಪಾವಳಿ ಅಮವಾಸೆಗೆ ಊರಿಗೆ ಮರಳಿ ಬಂದನು. ಅಲ್ಲಿ ಹುಲಿಕಂಠಿಯ ಹೇಳಿಕೆಯ ಸಮಯದಲ್ಲಿ ಅವನು ಕೂಡಾ ಹೋದನು. ಹೇಳಿಕೆಯು ಪ್ರಾರಂಭವಾಯಿತು. ಎಲ್ಲ ಜನರು ಬಹಳ ಕುತೂಹಲವಾಗಿ ನಿಂತು, ಹೇಳಿಕೆಯನ್ನು ಕೇಳಲು ನಿಂತಿದ್ದರು. ಅವನು ಕೂಡಾ ಅದೇ ಸಾಲಿನಲ್ಲಿದ್ದ. ಅವನ ಸರತಿ ಬಂದು ತನ್ನ ಬಗ್ಗೆ ಹೇಳಬೇಕೆಂಬಷ್ಟರಲ್ಲಿ ಪೂಜಾರಿ ಬಾಯಿಂದ "ಹೂಂ ಯಾಕಪ್ಪ? ಈಗ ಬಂದೆ? ನೀನು ಬಾಳೆಹಣ್ಣು ತೊಗೊಂಡು ತಿನ್ನುವಾಗ, ನನಗೆ ಗುರುತು ಹಿಡಿಯಲಿಲ್ಲ, ಏನು? ನಾನು ನಿನ್ನ ಹಿಂದೆ ಬರತಾಯಿದ್ದು, ನನಗ ಒಂದು ಬಾಳೆಹಣ್ಣು ಕೊಡಲಿಲ್ಲ. ಅದಕ್ಕೆ ಇವತ್ತು ನೀನು ನನ್ನ ಬಳಿ ಬಂದಿದೆ. ಯಾಕೆ?" ಎಂಬ ಮಾತು ಬಂದವು. ಅವನ್ನು ಕೇಳಿದ ಆತ ದಂಗಾಗಿ, "ಮುತ್ಯಾ ನನ್ನಿಂದ ತಪ್ಪಾಯಿತು, ನನ್ನ ರೋಗ ಗುಣಮುಖಿ ಮಾಡ್ರಿ" ಎಂದು ಬೇಡಿಕೊಂಡನು, ಅದಕ್ಕೆ ಮತ್ತೆ ಪೂಜಾರಿ ಬಾಯಿಂದ "ಹೂಂ.....ಸರಿಯಾಯಿತು. ಮೊದಲು ಇವತ್ತು ಮಂದಿಗೆ ಬಾಳೆ ಹಣ್ಣು ಹಂಚು. ನಿನ್ನ ರೋಗ ಗುಣಮುಖಿ ಆಗುತ್ತ ಹೋಗು" ಎಂದು ಹೇಳಿಕೆಯಲ್ಲಿ ಹೇಳಿದ ಮೇಲೆ ಅಲ್ಲಿ ನುಡಿದಂತೆ ಇವತ್ತು ಜನರಿಗೆ ಬಾಳೆ ಹಣ್ಣು ಹಂಚಿ ಪ್ರಾಯಶ್ಚಿತ ಪಡೆದ ನಂತರ ಅವನ ಎಲ್ಲ ರೋಗ ಗುಣಮುಖವಾಯಿತು ಎಂದು ನೆನಪಿಸಿ ಆ ಮನುಷ್ಯ ಹೇಳಿ ಆ ರಾಯಗೆ ನೆನಸುತ್ತಾನೆ.

☙

5 .ಹುಲಿಕಂಠಿಯ ಕರಣೆ:

ಇದು ಸುಮಾರು ಮೂವತ್ತು ವರ್ಷದ ಹಿಂದಿನ ಮಾತು. ಹುಲಿಕಂಠಿ ದೇವರ ಮಹಿಮೆಯು ಹೇರೂರಲ್ಲದೆ ಇಡೀ ಸುತ್ತಮುತ್ತ ಊರಲ್ಲಿ ಕೂಡಾ ಪ್ರಭಾವ ಬೀರಿವೆ ಎಂಬುದು ಪ್ರಚಲಿತವಾಗಿದೆ.

ಹೇರೂರ ಗ್ರಾಮದಲ್ಲಿ ಬೈಲಪ್ಪ ಹೂವಿನಮಲಗಿ ಎಂಬ ಒಬ್ಬ ಹಿರಿಯ ವ್ಯಕ್ತಿಯಾಗಿದ್ದ. ಒಂದು ಸಲ ಹುಲಿಕಂಠಿಯ ಕರಣೆ ಕೆಟ್ಟು ಹೋಗಿತ್ತು. ಆಗ ಊರಿನ ಮುಖ್ಯಸ್ಥರು ಹಾಗೂ ಕೆಲವು ಹಿರಿಯರೊಂದಿಗೆ ಅದರ ದುರಸ್ತಿಗಾಗಿ ಅದನ್ನು ತೆಗೆದುಕೊಂಡು ಮೈದರಗಿಗೆ ಹೋದರು. ಅಲ್ಲಿ ಅದನ್ನು ಸರಿಪಡಿಸುವ ದುಕಾನದಾರ ಅದನ್ನ ದುರಸ್ತಿ ಮಾಡಲು ಕೆಲವು ಸಮಯಬೇಕು ಅದಕ್ಕೆ ಇಲ್ಲಿಯೆ ಬಿಟ್ಟು ಹೋಗಿ ಅಂದನು. ಅದಕ್ಕೆ ಆ ಗ್ರಾಮಸ್ಥರೆಲ್ಲ ಕರಣೆಯನ್ನು ಅಲ್ಲಿಯೇ ಬಿಟ್ಟು ಬಂದರು. ಕೆಲವು ದಿನಗಳ ನಂತರ ಮತ್ತೆ ಹೂರಳಿ ತರಲು ಹೋದಾಗ, ಆ ದುಕಾನ ಮಾಲಿಕ ಹುಲಿಕಂಠಿ ಕರಣೆಯ ಜೀವಾಳ ಕದ್ದು ಬದಲಾಯಿಸಿಕೊಂಡು ಅದರ ಸ್ಥಾನದಲ್ಲಿ ಬೇರೆ ಯಾವುದೋ ಒಂದನ್ನು ಹಾಕಿ ಬಿಟ್ಟಿದ್ದ. ಇವರು ಕರಣೆ ತೆಗೆದುಕೊಂಡು ಊರಿಗೆ ಬರುವಾಗ, ಬರುವ ಹಾದಿಯಲ್ಲಿ ದುಕಾನದಲ್ಲಿ ಉಳಿದ ಹುಲಿಕಂಠಿಯ ಕರಣೆಯ ಜೀವಾಳ ಕಡಿದ ಧ್ವನಿ ಕೂಗುತ್ತಾ ಇತ್ತು. ಅಲ್ಲಿಂದ ಕೂಗಿದ ಧ್ವನಿ ಇಲ್ಲಿಯವರೆಗೂ ಇವರ ಕಿವಿ ಮೇಲೆ ಬೀಳುತಿತ್ತು. ಈ ಧ್ವನಿ ಬೇರೆ ಯಾವುದೂ ಅಲ್ಲ, ಇದು ನಮ್ಮ ಹುಲಿಕಂಠಿ ಕರಣೆಯ ಧ್ವನಿಯೇ ಹೌದು ಎಂದುಕೊಂಡರು. ಇಲ್ಲಿ ಏನೋ ಮೋಸವಾಗಿದೆ, ಎಂದು ಮತ್ತೆ ತಿರುಗಿ ಮೈದರಗಿಗೆ

ಹೋದರು. ಆ ದುಕಾನಕ್ಕೆ ಹೋಗುವವರೆಗೂ ಅವರೆಲ್ಲಗೂ ಧ್ವನಿ ಕೇಳಿಸ್ತಾಯಿತ್ತು. ಅವರು ದುಕಾನಕ್ಕೆ ತಿರುಗಿ ಬಂದಿರುವುದನ್ನು ನೋಡಿದ ದುಕಾನ ಮಾಲಿಕ, ಕೈಜೋಡಿಸಿ ತಪ್ಪಾಯಿತು ಎಂದು ಕಾಲ ಹಿಡದ ಬಿಟ್ಟ. ನಾನು ಮೋಸ ಮಾಡಿದ್ದೇನೆ. ನನಗೆ ಕ್ಷಮಿಸಿ ಎಂದು ಅವನು ಬದಲಿಸಿದ ಹುಲಿಕಂತಿಯ ಕರಣಿಯ ಜೀವಾಳ ಕಡ್ಡಿಯನ್ನು ಅದಕ್ಕೆ ಸೇರಿಸಿ ಕೊಟ್ಟುಬಿಟ್ಟನು. ಆಗ ಧ್ವನಿಯು ನಿಂತಿತು. ಇದರಿಂದ ಸಂತೋಷಗೊಂಡ ಆ ಊರಿನ ಗಣ್ಯರೆಲ್ಲ ಆ ಕರಣಿಯನ್ನು ಎತ್ತಿಕೊಂಡು ತಮ್ಮ ಗ್ರಾಮಕ್ಕೆ ಮರಳಿ ಬಂದರು.

ಹೇರೂರ ಗ್ರಾಮದಲ್ಲಿ ಚೈಲಪ್ಪ ಹೂವಿನಮಲಗಿ ಎಂಬ ಒಬ್ಬ ಹಿರಿಯ ವ್ಯಕ್ತಿಯಾಗಿದ್ದ.

ಒಂದು ಸಲ ಹುಲಿಕಂಠಿಯ ಕರಣೆ ಕೆಟ್ಟು ಹೋಗಿತ್ತು.

ಊರಿನ ಮುಖ್ಯಸ್ಥರು ಹಾಗೂ ಕೆಲವು ಹಿರಿಯರೊಂದಿಗೆ ಅದರ ದುರಸ್ತಿಗಾಗಿ ಅದನ್ನು ತೆಗೆದುಕೊಂಡು ಮೈದರಗಿಗೆ ಹೋದರು.

ತಿರುಗಿ ಬಂದಿರುವುದನ್ನು ನೋಡಿದ ದುಕಾನ ಮಾಲಿಕ, ಕೈಜೋಡಿಸಿ ತಪ್ಪಾಯಿತು ಎಂದು ಕಾಲ ಹಿಡಿದ ಬಿಟ್ಟ

೧

6. ಮಕ್ಕಳ ಭಾಗ್ಯ (ಮೈನಾಳ)

ಮೈದರಗಿ ಊರಿನ ಗೌಡನಿಗೆ ಬಹಳ ವರ್ಷದಿಂದ ಮಕ್ಕಳ ಭಾಗ್ಯವಿರಲಿಲ್ಲ. ಗೌಡ ದಂಪತಿಯು ಮಕ್ಕಳಿಂದ ವಂಚಿತವಾಗಿತ್ತು. ಹಲವಾರು ಪ್ರಯತ್ನಗಳು ಕೂಡಾ ವ್ಯರ್ಥವಾಗಿದ್ದವು. ವೈದ್ಯಕೀಯ ಚಿಕಿತ್ಸೆ ಕೂಡಾ ಯಾವುದೇ ಫಲಕೊಟ್ಟಿರಲಿಲ್ಲ. ಇದರಿಂದ ಅವರು ಬಹಳ ದುಃಖಿಯಾಗಿದ್ದರು.

ಕೆಲವು ವರ್ಷಗಳ ನಂತರ ಮೈದರಗಿ ಗೌಡನ ಹೆಂಡತಿ ಹೇರೂರ ಗ್ರಾಮದ ಹುಲಿಕಂತಿ ಜಾತ್ರೆಗೆ ಎಂದು ಬಂದಾಗ, 'ನನಗೆ ಮಕ್ಕಳ ಭಾಗ್ಯ ಕೊಡು' ಎಂದು ಬೇಡಿಕೊಂಡಳು. ಒಂದು ದಿನ ಅವಳ ಕನಸಿನಲ್ಲಿ ಯಾರೋ ಬಂದು 'ತಪ್ಪದೇ ಅಮವಾಸೆಯ ಹನ್ನೆರಡು ರಾತ್ರಿ ಗುಡಿಗೆ ಬಂದು ಹೋಗು, ನಿನಗೆ ಮಕ್ಕಳಾಗುತ್ತವೆ' ಎಂದು ಹೇಳಿದಂತಾಯಿತು. ಹೀಗೆ ಪ್ರತಿ

ಅಮವಾಸಿ ಮೈದರಗಿ ಗೌಡನ ಹೆಂಡತಿ ಗುಡಿಗೆ ಬರುತ್ತಾ ಇದ್ದಳು. ಕೊನೆ ಅಮವಾಸೆಗೆ ಗುಡಿಗೆ ಹೋಗಿ ಮತ್ತೆ ಹೊರಳಿ ಮನಿಗೆ ಬರುವಾಗ ನಡುಹಾದಿಯಲ್ಲಿ ರಾತ್ರಿ ಭೂತ, ಪಿಶಾಚಿಗಳು ಗಂಟು ಬಿದ್ದವು. ಅವಳ ಮಾಟಗಿಯಲ್ಲಿ ಇದ್ದ ಐದು ಹೂ ಕಸಿದುಕೊಂಡು ಹೋಗಲು ಪ್ರಯತ್ನ ಪಟ್ಟವು. ಹಾಗೂ ಹೀಗೂ ಮಾಡಿ ಅವಳ ಮಾಟಗಿಯಲ್ಲಿದ್ದ ಎರಡು ಹೂವಗಳನ್ನು ಕಸಿದುಕೊಂಡು ಬಿಟ್ಟವು. ಆಗ ಮೂರು ಹೂಗಳು ಮಾತ್ರ ಉಳಿದವು. ಇದರಿಂದ ಬೇಸತ್ತ ಅವಳು ಈಗೇನು ಮಾಡಬೇಕು ಎಂದು ಚಿಂತಿಸಿ, ಆ ಮೂರು ಹೂಗಳನ್ನು ಅವಳು ಬಾಯಲ್ಲಿ ಹಾಕಿಕೊಂಡು ನುಂಗಿಬಿಟ್ಟಳು. ಅವಳು ನುಂಗಿದ ಆ ಮೂರು ಹೂಗಳ ಫಲವೇನೋ ಎಂಬಂತೆ ಮುಂದೆ ಅವಳಿಗೆ ಮೂರು ಗಂಡು ಮಕ್ಕಳು ಹುಟ್ಟಿದವು. ಇಂತಹ ಹಲವಾರು ಪವಾಡಗಳು ನಡೆದದ್ದು ಇಲ್ಲಿನ ಹಿರಿಯರು ನೆನಸಿ ಮೆಲಕು ಹಾಕುತ್ತಾರೆ.

ಗೌಡ ದಂಪತಿಯು ಮಕ್ಕಳಿಂದ ವಂಚಿತವಾಗಿತ್ತು.

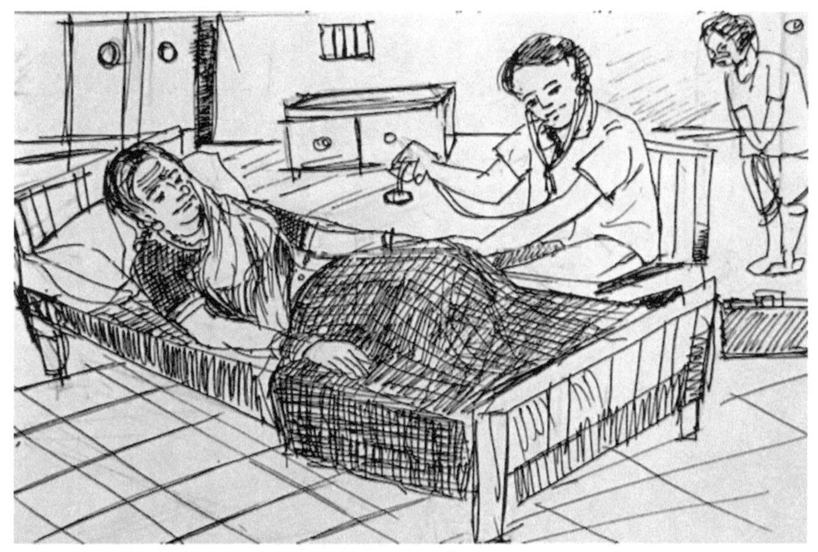

ವೈದ್ಯಕೀಯ ಚಿಕಿತ್ಸೆ ಕೂಡಾ ಯಾವುದೇ ಫಲಕೊಟ್ಟಿರಲಿಲ್ಲ.

ಹುಲಿಕಂತಿ ಜಾತ್ರೆಗೆ ಎಂದು ಬಂದಾಗ, 'ನನಗೆ ಮಕ್ಕಳ ಭಾಗ್ಯ ಕೊಡು'

ನಡುಹಾದಿಯಲ್ಲಿ ರಾತ್ರಿ ಭೂತ, ಪಿಶಾಚಿಗಳು ಗಂಟು ಬಿದ್ದವು.

ಮುಂದೆ ಅವಳಿಗೆ ಮೂರು ಗಂಡು ಮಕ್ಕಳು ಹುಟ್ಟಿದವು.

6. ಕಳೆದ ಹೋರಿ ಮತ್ತೆ ತಾನಾಗಿ ಮನೆಗೆ ಬಂತು:

ಕಲಬುರಗಿ ಜಿಲ್ಲೆಯ ಅಫಜಲಪೂರ ತಾಲೂಕಿನ ಮದ್ರಿ ಎಂಬ ಗ್ರಾಮದ ಶರಣಪ್ಪ ಕುಂಬಾರ ಇವರು ಗ್ರಾಮದಲ್ಲಿ ಒಬ್ಬ ಹಿರಿಯ ಗ್ರಾಮಸ್ಥರಾಗಿದ್ದರು. ಇದೇ ಊರಿನಲ್ಲಿ ಕೆಲವು ಕಪಿಲಿ (ದೇವರ ಹೆಸರಲ್ಲಿ ಬಿಟ್ಟಂತಹ) ಆಕಳುಗಳು ಓಡಾಡುತ್ತಿದ್ದವು. ಅದರಲ್ಲಿ ಒಂದು ಆಕಳು ಒಂದು ಬಿಳಿಯ ಕರುವನ್ನು ಈದಿತ್ತು. ಆ ಕರುವು ದೊಡ್ಡದಾದ ಮೇಲೆ ಹೋರಿಯಾಗಿ ಓಡಾಡುತ್ತಿರುವುದನ್ನು ನೋಡಿ, ಎಲ್ಲರ ಗಮನ ತನ್ನಕಡೆ ಸೆಳೆಯುತ್ತಿತ್ತು. ಹೀಗೆ ಕೆಲವು ದಿನಗಳ ನಂತರ ಆ ಹೋರಿಯನ್ನು ಹಿಡಿದು ಹಾಕಬೇಕು ಎಂದು ಊರಿನ ಜನರು ಕೆಲವೊಮ್ಮೆ ಪ್ರಯತ್ನ ಪಟ್ಟರು. ಆದರೆ ಎಷ್ಟೆ ಪ್ರಯತ್ನ ಪಟ್ಟರೂ ಹೋರಿಯನ್ನು ಹಿಡಿಯಲು ಸಾಧ್ಯವಾಗಿರಲಿಲ್ಲ. ಆದರೂ ಕೊನೆಗೆ ಹಾಗೋ ಹೀಗೂ ಮಾಡಿ ಆ ಹೋರಿಯನ್ನು ಹಿಡಿದು ಕಟ್ಟಿಹಾಕಿಯೇ ಬಿಟ್ಟರು. ಅದನ್ನು ಊರಿನ ಹರಾಜಿನಲ್ಲಿ ಮಾರಾಟಕ್ಕೆ ನಿಲ್ಲಿಸಿಬಿಟ್ಟರು. ಯಾರೂ ಕೂಡಾ ಆ ಹೋರಿಯನ್ನು ವಶಪಡಿಸಲು ಮುಂದೆ ಬರಲಿಲ್ಲ. ಈ ಹೋರಿಯನ್ನು ಊರಿನ ಜನರು ಶರಣಪ್ಪ ಕುಂಬಾರ ಇವರಿಗೆ ಒತ್ತಾಯದಿಂದ ಬೇಡಾ-ಬೇಡಾ ಎಂದರೂ ಅವರಿಗೆ ಈ ಹೋರಿಯನ್ನು ಮಾರಿದರು. ಎಲ್ಲರ ಒತ್ತಾಯದಿಂದ ಶರಣಪ್ಪ ಕುಂಬಾರ ಇವರು ಆ ಹೋರಿಯನ್ನು ಕೊಂಡು ತಂದು ತಮ್ಮ ಮನೆಯ ದ್ಯಾವಣಿಗೆಯಲ್ಲಿ ಕಟ್ಟಿಹಾಕಿದರು.

ಊರಿನಲ್ಲಿ ಕಾರುಣಿ ಹಬ್ಬ ದೊಡ್ಡ ಪ್ರಮಾಣದಲ್ಲಿ ಆಚರಣೆ ಮಾಡಲಾಗುತ್ತಿತ್ತು. ಆಗ ಕಾರುಣಿ ಹಬ್ಬಕ್ಕೆ ಹೋರಿಯ ಮೆರವಣಿಗೆ ನಡಿಯುತ್ತಿರುವಾಗ ಆ ಹೋರಿ ಜನರ ಮಧ್ಯದಿಂದ ಓಡಿ ಪಾರಾಯು.ಂತ ಪಾರಾದ ಹೋರಿಯನ್ನು ಹಿಡಿಯುವುದು ಬಹಳ ದುಸ್ಸಾಹಸವೇ ಸರಿ. ಎಷ್ಟೇ ಪ್ರಯತ್ನ ಪಟ್ಟರು ಹೋರಿ ಮಾತ್ರ ಕೈಗೆ ಸಿಗಲಿಲ್ಲ. ಆಗ ಏನೂ ತೋಚದೆ ಊರ ಗಣ್ಯರಿಗೆ ಹೀಗೆಂದನು. ನಾನು ಈ ಹೋರಿ ಬೇಡಾ-ಬೇಡಾ ಎಂದರೂ ನೀವೆಲ್ಲರೂ ಸೇರಿ ನನಗೆ ಒತ್ತಾಯದಿಂದ ಹೋರಿಯನ್ನು ಕೊಟ್ಟಿರಿ. ಈಗ ಅದಕ್ಕೆ ಎಲ್ಲಿ ಹುಡುಕಬೇಕು? ಅದು ಎಲ್ಲಿ ಸಿಗಬೇಕು. ಊರಿನ ಜನರು ಅವನ ಮಾತಿಗೆ ಗೌರವಿಸಿ ಆ ಹೋರಿಯ ಬಗ್ಗೆಯೇ ಯೋಚಿಸಿತೊಡಗಿದರು.

ಮೈದರಗಿ ಗೌಡ ಅಫಜಲಪೂರ ಹೊಳೆ ದಾಟಿ ತಮ್ಮ ಹೊಲದ ಮೇಲೆ ಓಡಿ ಬಂದಿರುವ ಹೋರಿಯನ್ನು ನೋಡಿ ಅದನ್ನು ಹಿಡಿಯಲು ಎಷ್ಟೇ ಪ್ರಯತ್ನ ಪಟ್ಟರೂ ಕೂಡಾ ಆ ಹೋರಿಯು ಅವರ ಕೈಗೆ ಸಿಗಲಿಲ್ಲ.

ಹೋರಿ ಕಳೆದು ಏಳೆಂಟು ದಿನಗಳಾದವು. ಆದರೂ ಹೋರಿಯ ಯಾವುದೇ ಸುಳಿವು ಸಿಗಲಿಲ್ಲ. ಕೊನೆಗೆ ಏನ್ ಮಾಡಬೇಕೆಂದು ಯೋಚಿಸಿದ ಕುಂಬಾರ ಶರಣಪ್ಪ. ಹೇರೂರಿಗೆ ಹೋಗಿ, ಪೂಜಾರಿಗೆಯಾದರೂ ಕೇಳಿ ಬರೋಣ ಎಂದು ಶರಣಪ್ಪ ಕುಂಬಾರ ಹೇರೂರಿಗೆ ಹೋಗಲು ಹೊರಟು, ಅಲ್ಲಿಂದ ಗಣ್ಯಾರ ಊರಿಗೆ ಬಂದ. ಅಲ್ಲಿ ಗಣ್ಯಾರ ಊರಲ್ಲಿ ಇವರಿಗೆ ಒಬ್ಬ ಪೂಜಾರಿ ಭೆಟಿಯಾದ. ಅವನು ಶರಣಪ್ಪ ಕುಂಬಾರನನ್ನು ಕಂಡು, "ಗೌಡ್ರ ಯುಲ್ಲಿಗೆ ಹೊರಟ್ರಿ?" ಎಂದು ಪ್ರಶ್ನೆ ಹಾಕಿದ. ಅದಕ್ಕ ಶರಣಪ್ಪನವರು "ಹೋರಿ ಕಳೆದು ಎಂಟು ದಿನಾವಾದರೂ ಇನ್ನು

ಅದರ ಪತ್ತೆಯಿಲ್ಲ, ಅದಕ್ಕೆ ಹೇರಿಗೆ ಹೋಗಿ ಹೇರಿನ ಹುಲಿಕಂಠಿಗೆ ಕೇಳಿ ಬರೋಣ ಎಂದು ಹೋಗ್ತಾಯಿದ್ದೀನಿ, ಪೂಜಾರಿ" ಎಂದು ಹೇಳಿದರ. ಇವರು ಹೇಳಿದ ಮೇಲೆ ಪೂಜಾರಿ ಅಂದದ್ದೇನೆಂದರೆ, "ಅಂದ್ರ ಹೇರೂರಿಗೆ ಹೋಗೇಬೇಕಾ ಗೌಡ್ರೆ?" ಪೂಜಾರಿ ಕೇಳಿದ. "ಮತ್ತ ಏನು ಮಾಡಬೇಕು ಪೂಜಾರಿ ಇವತ್ತಿಗೆ ಎಂಟು ದಿನವಾಯ್ತು. ಇನ್ನು ಹೋರಿ ಸಿಕ್ಕಿಲ್ಲ, ಎಲ್ಲಿ ಅದಾ ಎಂಬುದು ಪತ್ತೆಯಿಲ್ಲ? ಈಗ್ ಮುಂದೆ ಹೆಂಗ್ ಮಾಡಬೇಕು? ಪೂಜಾರಿ", ಎಂದು ಶರಣಪಾ ಲ್ ಪ ಕುಂಬಾರ ಕೇಳಿದರು.

ಆಗ ಪೂಜಾರಿ, ಹಂಗಾದ್ರೆ ಇವತ್ತು ಒಂದು ದಿನಾ ಇಲ್ಲೆ ಇರಿ ಗೌಡ್ರೆ, ಹುಲಿಕಂಠಿ ಏನು ಹೇಳ್ತಾನೋ ನೋಡ್ತೀನಿ, ಆಮೇಲೆ ನೀವು ಬೇಕಾದ್ರೆ ಹೇರೂರಿಗೆ ಹೋಗಾಕತ್ರಿ ಎಂದು ಹೇಳಿದ ಪೂಜಾರಿ ಮಾತಿಗೆ ಶರಣಪ್ಪಾ ಕುಂಬಾರ ಸಮ್ಮತಿ ಸೂಚಿಸಿದ.

ಮರದಿನ ಮುಂಜಾನೆ ಎದ್ದು ಪೂಜಾರಿ ಶರಣಪ್ಪ ಕುಂಬಾರಗೆ ಕಂಡು, ಗೌಡ್ರೆ, ಮತ್ತೆ ನಿಮ್ಮ ಹೋರಿ ಘತ್ತರಗಿ ಹೊಳಿ ದಾಟ್ಯಾದ, ಈಗ್ ಸ್ವಲ್ಪ ಹೊತ್ತಿನ್ಯಾಗ್ ನಿಮ್ಮ ಹೋರಿ ನಿಮ್ಮ ಮನಿಗೆ ಹೋಗತಾದ, ನೀನು ಇಲ್ಲಿಂದ ಮರಳಿ ಮನೆಗೆ ಹೋಗಬಿಡು ಎಂದು ಹುಲಿಕಂಠಿ ಹೇಳಿದಾಗ" ಪೂಜಾರಿ ಬಾಯಿಂದ ಈ ಮಾತು ಕೇಳಿದ ಮೇಲೆ ಶರಣಪ್ಪಾ ಕುಂಬಾರರವರು, ಆಯ್ತಪ್ಪಾ ಎಂದು ಮನೆಗೆ ಹೊಳ್ಳಿ ಬಂದರು. ಮನೆಗೆ ಬಂದು ನೋಡಿದಾಗ ಅಲ್ಲಿ ದ್ಯಾವಣಿಯಲ್ಲಿ ಹೋರಿ ಕಟ್ಟಿ ಹಾಕಿದ್ದು ಕಂಡು ಬಂತು. ಇದು ಏನ ಅದ್ಭುತ ಪವಾಡ? ಎಂದು ನೋಡಿ ಶರಣಪ್ಪಾ ಕುಂಬಾರರವರು ಆತ್ಮಸಾಕ್ಷಿಯಿಂದಆ ಹುಲಿಕಂಠಿಗೆ ಕೈ ಜೋಡಿಸಿ ಮನಸಲ್ಲಿ ನೆನಸಿಕೊಂಡರು.

ಈ ಘಟನೆ ಕಳೆದು ಹಲವಾರು ವರ್ಷಗಳ ನಂತರವೂ ನಾನು ಹುಲಿಕಂಠಿ ಮಹಿಮೆ ಬರಿಯಲು ಅವರ ಅನುಭವ ಕೇಳಲು ಹೋದಾಗ್ ಅವರು ಒಂದು ಕ್ಷಣ ಕಣ್ಣುಮುಚ್ಚಿ ಹುಲಿಕಂಠಿಗೆ ಕೃತಜ್ಞತೆ ಸಲ್ಲಿಸಿ ಇಂಥ ಪವಾಡಗಳನ್ನು ನೀವು ಪುಸ್ತಕ ರೂಪದಲ್ಲಿ ತರುತ್ತಿರುವುದು ಮುಂದಿನ ಪೀಳಿಗೆಗೆ ದೇವರು, ಭಕ್ತಿ, ಶ್ರದ್ಧೆ, ವಿಶ್ವಾಸವನ್ನು ಉಳಿಸಿಕೊಂಡು ಹೋಗಲು ಪ್ರಯತ್ನಿಸುತ್ತವೆ ಎಂದು ಶುಭ ಹಾರೈಸಿದರು.

ಭಕ್ತರಿಗೆ ದರ್ಶನ ನೀಡುವುದು, ಅವರಿಗೆ ಸಹಾಯ ಮಾಡುವುದು, ಎಂದಿಗೂ ದೇವರು ಇದ್ದೇ ಇರುತ್ತಾನೆ ಎಂಬುದಕ್ಕೆ ಇವರ ಅನುಭವವೆ ಸಾಕ್ಷಿ ಎಂದು ಹೇಳಬಹುದು.

ಇದೇ ಊರಿನಲ್ಲಿ ಕೆಲವು ಕಪಲಿ (ದೇವರ ಹೆಸರಲ್ಲಿ ಬಿಟ್ಟಂತಹ) ಆಕಳುಗಳು ಓಡಾಡುತ್ತಿದ್ದವು.

ಊರಿನ ಜನರು ಶರಣಪ್ಪಾ ಕುಂಬಾರ ಇವರಿಗೆ ಒತ್ತಾಯದಿಂದ ಅವರಿಗೆ ಈ ಹೋರಿಯನ್ನು ಮಾರಿದರು.

ಹೋರಿ ಜನರ ಮಧ್ಯದಿಂದ ಓಡಿ ಪಾರಾಯ್ತು

ಊರಿನ ಜನರು ಅವನ ಮಾತಿಗೆ ಗೌರವಿಸಿ ಆ ಹೋರಿಯ ಬಗ್ಗೆಯೇ
ಯೋಚಿಸಿತೊಡಗಿದರು.

ಗಣ್ಯಾರ ಊರಲ್ಲಿ ಶರಣಪ್ಪ ಕುಂಬಾರ ಇವರಿಗೆ ಒಬ್ಬ ಪೂಜಾರಿ ಭೇಟಿಯಾದ.

ಮನೆಗೆ ಬಂದು ನೋಡಿದಾಗ ಅಲ್ಲಿ ದ್ಯಾವಣಿಯಲ್ಲಿ ಹೋರಿ ಕಟ್ಟಿ ಹಾಕಿದ್ದು ಕಂಡು ಬಂತು

೧

7. ಒಲಿದು ಬಂದಿತ್ತು ಸಂತಾನ ಭಾಗ್ಯ ಆದರೆ ಒಲಿಯಲಿಲ್ಲ ಮಗನಿಗೆ ತಾಯಿಯ ಭಾಗ್ಯ:

ಈ ಪುಸ್ತಕ ಬರೆಯುತ್ತಿರುವಾಗ ನನ್ನ ಆತ್ಮೀಯರಾದ ಶ್ರೀ ರೇಣುಕಾಚಾರ್ಯ ಸ್ವಾಮಿಗಳು ಒಬ್ಬ ನಿವೃತ್ತ ಶಿಕ್ಷಕರನ್ನು ಪರಿಚಯಿಸಿದರು. ಅವರು ಮೂಲತಃ ಕಲಬುರಗಿ ಜಿಲ್ಲೆಯ ಸಾವಳಗಿ (ಬಿ) ಗ್ರಾಮದವರಾಗಿದ್ದು ಅವರ ಹೆಸರು ಹುಲಿಯಪ್ಪ ಬಂಗರಗಿ. ಇವರು ನಾನು ಬರೆದ ಹೇರೂರ (ಬಿ) ಗ್ರಾಮದ ಶ್ರೀ ಹುಲಿಕಂಠೇಶ್ವರ ಕುರಿತು ಬರೆದಿರುವ ಎಲ್ಲ ಘಟನೆಗಳನ್ನು ಕೇಳಿ, ಶ್ರೀ ಹುಲಿಕಂಠೇಶ್ವರ ಪವಾಡ ಕುರಿತು ಅವರು ತಮ್ಮ ಜೀವನದ ನೈಜ ಘಟನೆಯನ್ನು ನಮ್ಮ ಮುಂದೆ ಬಿಚ್ಚಿಟ್ಟರು.

ಸುಮಾರು ವರ್ಷಗಳ ಹಿಂದೆ ಸಾವಳಗಿ (ಬಿ) ಊರಿನಲ್ಲಿ ಬಾಳಪ್ಪ ಭಂಗರಗಿ (ಮೇಲೆ ಹೇಳಿದ ಹುಲಿಯಪ್ಪ ಬಂಗರಗಿಯವರ ತಂದೆ) ಅಂತ ವಾಸ ಮಾಡುತ್ತಿದ್ದರು. ಸರಳ ಮತ್ತು ಮೃದು ಮನಸ್ಸು ಉಳ್ಳವರಾದ ಬಾಳಪ್ಪ ಅವರು ಊರಿನಲ್ಲಿ ಮನ ಮೆಚ್ಚುವಂತಹ ಹಾಗೂ ಹೃದಯ ಸ್ಪರ್ಶಿ ಗುಣ ಹೊಂದಿರುವಂತಹ ವ್ಯಕ್ತಿಯಾಗಿದ್ದರು. ಆದರೂ ಕೂಡಾ ಬಾಳಪ್ಪ ಭಂಗರಗಿ ಹಾಗೂ ಸಿದ್ದಮ್ಮ ಭಂಗರಗಿ ದಂಪತಿಗಳಿಗೆ ಹಲವು ವರ್ಷಗಳಿಂದ ಸಂತಾನ ಭಾಗ್ಯವಿರಲಿಲ್ಲ.

ಸಂತಾನ ಪ್ರಾಪ್ತಿಗಾಗಿ ಅವರು ಮಾಡಿರುವ ಎಲ್ಲ ಪ್ರಯತ್ನಗಳು ಕೂಡಾ ವಿಫಲವಾಗಿದ್ದವು. ಈ ದಂಪತಿಗಳು ಸಂತಾನದಿಂದ ವಂಚಿತರಾದರೂ ಅವರಲ್ಲಿ ದೈವ ಭಕ್ತಿ ತುಂಬಿ ತುಳುಕುತ್ತಿತ್ತು. ಹೀಗೆ ಕೆಲವು ದಿನಗಳ ನಂತರ ಬಾಳಪ್ಪನವರಿಗೆ ಹೇರೂರ ಗ್ರಾಮದ ಒಬ್ಬ ಪೂಜಾರಿ ಜೊತೆ ಪರಿಚಯವಾಯಿತು. ಪ್ರತಿ ಅಮವಾಸೆಗೆ ಬಾಳಪ್ಪನವರು ಹೇರೂರ ಹುಲಿಕಂಠೇಶ್ವರಗೆ ದರ್ಶನಕ್ಕೆ ಹೋಗುತ್ತಿದ್ದರು. ಆ ಸಮಯದಲ್ಲಿ ಸುತ್ತ ಮುತ್ತ ಹಳ್ಳಿಗಳಲ್ಲಿ ಹುಲಿಕಂಠೇಶ್ವರ ಪವಾಡಗಳು ಬಹಳ ಪ್ರಚಲಿತವಾಗಿದ್ದವು. ಒಂದು ದಿನ ಬಾಳಪ್ಪನ ಹೊಲದಲ್ಲಿ ಧನ-ದಾನ್ಯಗಳ ರಾಶಿ ನಡೆಯುತ್ತಿತ್ತು. ಅವನು ಒಬ್ಬನೇ ಹೊಲದಲ್ಲಿದ್ದನು. ಅವನ ಹೊಲದ ಪಕ್ಕದಲ್ಲಿಯೇ ರಸ್ತೆ ಇರುವುದರಿಂದ ದಾರಿಯಲ್ಲಿ ಹೋಗಿ-ಬರುವ ಜನರು ಅವನಿಗೆ ಕಾಣುತ್ತಿದ್ದರು. ಆದರೆ ಅಂದು ಬಹಳಷ್ಟು ಜನರು ಎಲ್ಲಿಗೋ ಹೋಗುತ್ತಿರುವುದನ್ನು ಕಂಡು, ಅನರಿಗೆ ಬಾಳಪ್ಪ ಕೇಳುತ್ತಾನೆ. 'ಯಾಕಪ್ಪ ಎಲ್ಲಿಗೆ ನಡಿದೀರಿ?' ಅದಕ್ಕೆ ಅವರು 'ಇವತ್ತು ಅಮಾಸಿ ಅದ ಎಪ್ಪ'. ಅವರು ಹೇಳಿದ್ದನ್ನು ಕೇಳಿ ಹಂಗಾದರ ಇವತ್ತ ಹುಲಿಕಂಠೆಪ್ಪನ ದರ್ಶನಕ ಹೋಗಬೇಕು ಎಂದು ಬಾಳಪ್ಪ ಹೊಲದಲ್ಲಿ ಎಲ್ಲ ರಾಶಿ ಇದ್ದ ಹಾಗೆ ಬಿಟ್ಟು, ನೀನೇ ಕಾಯಪ್ಪ ಅಂತ ರಾತೋ ರಾತ್ರಿ ಹೇರೂರಗೆ ಹೋಗುತ್ತಾನೆ. ಅಲ್ಲಿ ಹೇರೂರನಲ್ಲಿ ಹುಲಿಕಂಠೇಶ್ವರನ ಹೇಳಿಕೆಗಳು ನುಡಿಸುವ ಸಮಯವಾಗಿತ್ತು. ಆಗ ಹುಲಿಕಂಠನ ಹೇಳಿಕೆಯಲ್ಲಿ ನನ್ನ ಭಕ್ತ ಬರಲಿಕ್ಕತ್ತಾನ. ಅದಕ ನಾನು ಹೇಳಿಕೆ ಮುಗಿಸಂಗಿಲ್ಲ. ಈ ಮಾತು ಕೇಳಿ ಜನರಲ್ಲಿ ಆಶ್ಚರ್ಯ ಮೂಡಿತು. ಅದೇ ಸಮಯದಲ್ಲಿ ಬಾಳಪ್ಪನು ಬಂದ ನಿಂತಾಗ ಹುಲಿಕಂಠೇಶ್ವರನ ಹೇಳಿಕೆ ನುಡಿಯುತ್ತದೆ. ಏನೆಂದರೆ ನನ್ನ ಭಕ್ತನಾದ ಬಾಳಪ್ಪನ ಭಕ್ತಿಗೆ ನಾನು ಮೆಚ್ಚಿದ್ದೇನೆ. ಬರುವ ಒಂದು ವರ್ಷದಲ್ಲಿ ಒಂದು ಗಂಡು ಮಗ ಹುಟ್ಟುತ್ತಾನೆ. ಅವನಿಗೆ ಹುಲಿಕಂಠೆಪ್ಪ ಎಂದು ಹೆಸರಿಡು ಎನ್ನುತ್ತ ಹೇಳಿಕೆ ಮುಗಿಸುತ್ತಾನೆ. ಬರುವ ಒಂದು ವರ್ಷ ನಂತರ ಬಾಳಪ್ಪ ದಂಪತಿಗೆ ಒಂದು ಗಂಡು ಮಗ ಜನಿಸುತ್ತದೆ. ಅದು ಬಾಳಪ್ಪನಿಗೆ ಹುಲಿಕಂಠೇಶ್ವರನ ಕೃಪೆಯಿಂದ ಎಂದು ತಿಳಿದು ಆ ಮಗುವಿಗೆ ಹುಲಿಕಂಠೆಪ್ಪ ಎಂದು ನಾಮಕರಣ ಮಾಡುತ್ತಾನೆ. ಇದಾದ ಕೆಲ ತಿಂಗಳಲ್ಲಿಯೇ ಬಾಳಪ್ಪನ ಹೆಂಡತಿ ಸಿದ್ದಮ್ಮ ಬಾಳಪ್ಪನಿಗೆ ಬಿಟ್ಟು ದೈವಾದೀನಳಾಗುತ್ತಾಳೆ. ಆಗ ಬಾಳಪ್ಪನು ಇನ್ನೊಂದು ಮದುವೆ ಮಾಡಿಕೊಳ್ಳದೇ ತನ್ನ ಇಡೀ ಜೀವನವೇ ಆ ಮಗುವಿಗಾಗಿ ಮುಡಿಪಿಡುತ್ತಾನೆ.

ಮುಂದೆ ಅವರ ಮಗನಾದ ಹುಲಿಯಪ್ಪ ಭಂಗರಗಿ ಇವರು ತಾಯಿಯನ್ನು ಕಳೆದುಕೊಂಡು ತಂದೆಯ ಪ್ರೀತಿಯಲ್ಲಿ ಹಲವು ನೋವು-ನಲಿವು, ಕಷ್ಟಗಳನ್ನು ಸಹಿಸುತ್ತ, ಶಿಕ್ಷಣ ಪಡೆಯುತ್ತಾನೆ. ಮುಂದೆ ಹುಲಿಕಂಠೇಶ್ವರನ ಕೃಪೆಯಿಂದ ಇವನು ಜೀವನಕ್ಕೆ ಬೆಳಕು ಕೊಡುವ ಕೆಲಸ, ಅಂದರೆ ಶಿಕ್ಷಕನಾಗಿ ಕೆಲಸಕ್ಕೆ ಸೇರುತ್ತಾನೆ.

ಇವರು ಶ್ರೀ ಹುಲಿಕಂಠೇಶ್ವರ ಮಹಿಮೆಯನ್ನು ಅರಿತು ದಿನನಿತ್ಯ ಭಜಿಸುತ್ತಾನೆ. ಎಷ್ಟೇ ಕಷ್ಟಗಳು ಜೀವನದಲ್ಲಿ ಬಂದರೂ ಹುಲಿಕಂಠೇಶ್ವರ ನನ್ನನ್ನು ಆ ಕಷ್ಟಗಳಿಂದ ಪಾರು ಮಾಡಿದ್ದಾನೆಂದು ತುಂಬು ಹೃದಯದಿಂದ ಹೇಳುತ್ತಾರೆ. ಶಿಕ್ಷಕ ವೃತ್ತಿಯಿಂದ ನಿವೃತ್ತ ಹೊಂದಿರುವ ಹುಲಿಯಪ್ಪ ಭಂಗರಗಿಯವರು ಪ್ರಸ್ತುತ ದಿನಗಳಲ್ಲಿ ಮುಗಳಖೋಡ ಶ್ರೀ ಎಲ್ಲಾ

ಲಿಂಗ ಮತ್ತು ಶ್ರೀ ಶಿವಲಿಂಗೇಶ್ವರರ ಸೇವೆಯಲ್ಲಿ ತಮ್ಮ ಜೀವನವನ್ನು ಸಾಗಿಸುತ್ತಿರುವರು.

ಬಾಳಪ್ಪ ಭಂಗರಗಿ ಹಾಗೂ ಸಿದ್ದಮ್ಮ ಭಂಗರಗಿ ದಂಪತಿಗಳಿಗೆ ಹಲವ ವರ್ಷಗಳಿಂದ ಸಂತಾನ ಭಾಗ್ಯವಿರಲಿಲ್ಲ.

ಒಂದು ದಿನ ಬಾಳಪ್ಪನ ಹೊಲದಲ್ಲಿ ಧನ-ದಾನ್ಯಗಳ ರಾಶಿ ನಡೆಯುತ್ತಿತ್ತು.

ಅವನ ಹೊಲದ ಪಕ್ಕದಲ್ಲಿಯೇ ರಸ್ತೆ ಇರುವುದರಿಂದ ದಾರಿಯಲ್ಲಿ ಹೋಗಿ ಬರುವ ಜನರು ಅವನಿಗೆ ಕಾಣುತ್ತಿದ್ದರು.

ಹೇರೂರನಲ್ಲಿ ಹುಲಿಕಂಠೇಶ್ವರನ ಹೇಳಿಕೆಗಳು ನುಡಿಸುವ ಸಮಯವಾಗಿತ್ತು.

ಬರುವ ಒಂದು ವರ್ಷದಲ್ಲಿ ಒಂದು ಗಂಡು ಮಗ ಹುಟ್ಟುತ್ತಾನೆ.

ಅದು ಬಾಳಪ್ಪನಿಗೆ ಹುಲಿಕಂಠೇಶ್ವರನ ಕೃಪೆಯಿಂದ ಎಂದು ತಿಳಿದು ಆ ಮಗುವಿಗೆ ಹುಲಿಕಂಠೆಪ್ಪ ಎಂದು ನಾಮಕರಣ ಮಾಡುತ್ತಾನೆ.

೧೨

8 .ಗೊಬ್ಬರ (ಬಿ) ಗ್ರಾಮದ ಕಾಳಮ್ಮನವರ ಸೊಸೆಯ ಕಾಯಿಲೆ ವಾಸಿ ಮಾಡಿದ ದೇವರು.: ಇದೇ ಅಜಲಪೂರ ತಾಲೂತಿನ ಹಿರೇ ಗೊಬ್ಬರ (ಬಿ) ಎಂಬ ಗ್ರಾಮದ ಒಂದು ಪವಾಡ. ಸುಮಾರು ಐದು ವರ್ಷಗಳ ಹಿಂದೆ ಈ ಗ್ರಾಮದ ಕುಂಬಾರ ಮನೆತನದಲ್ಲಿ ಕಾಳಮ್ಮ ಹಾಗೂ ರೇವಣಸಿದ್ದಪ್ಪ ಕುಂಬಾರ ಎಂಬುವ ದಂಪತಿಗಳಿದ್ದರು. ಇವರು ತಮ್ಮ ಮಗನ ಮದುವೆಯನ್ನು ಹೇರೂರಿನ ಸಿದ್ದಮ್ಮ ಕುಂಬಾರ ಎಂಬುವವರ ಜೊತೆ ಮಾಡಿದ್ದರು. ಹೊಸ ದಂಪತಿಗಳಾದ ರಾತಣ್ಣ ಹಾಗೂ ಸಿದ್ದಮ್ಮ ಕುಂಬಾರರವರ ನವಜೀವನ ಪ್ರಾರಂಭವಾಗಿತ್ತು. ಹೇರೂರ (ಬಿ) ಗ್ರಾಮದ ವಾಡಿಕೆಯಂತೆ ಇಲ್ಲಿನ ಹೆಣ್ಣು ಮಕ್ಕಳು ಮದುವೆಯಾಗಿ ಎಲ್ಲೇ ಹೋಗಲಿ ಅಥವಾ ಊರಲ್ಲಿ ಯಾವುದೇ ಮದುವೆಯಾಗಲೇ, ಮೊದಲು ಶ್ರೀ ಹುಲಿಕಂಠಿಯ ದರ್ಶನವಾಗಬೇಕು. ಆದರೆ ಮದುವೆಯಾದ ಒಂದು ವರ್ಷವಾದರೂ ರಾತಣ್ಣ ಕುಂಬಾರ ದಂಪತಿಗಳು ಮನೆ ದೇವರ ದರ್ಶನ ಪಡೆಯದೆ ಕೆಲಸಕ್ಕಾಗಿ ಬೆಂಗಳೂರಿಗೆ ಪ್ರಯಾಣ ಮಾಡಿದರು. ಶ್ರೀ ಹುಲಿಕಂಠೇಶ್ವರ ಮಹಿಮೆಯನ್ನು ಅರಿಯದೆ ಹೋದರು. ಇದಾದ ಕೆಲವೆ ದಿನಗಳ ನಂತರ ಕಾಳಮ್ಮನವರ ಸೊಸೆಗೆ ಜ್ವರ ಬರಲು ಶುರುವಾಯಿತು. ಈ ಜ್ವರ ಕಡಿಮೆಯಾಗದೆ ಸತತವಾಗಿ ಮೂರು ತಿಂಗಳವರೆಗೆ ನರಳುವಂತೆ ಮಾಡಿತು. ಇವಳಿಗೆ ಎಷ್ಟೇ ದವಾಖಾನೆ ಔಷಧೋಪಚಾರ ಮಾಡಿದರೂ ಕಾಯಿಲೆ ವಾಸಿಯಾಗಲಿಲ್ಲ. ದೇವರು ದಿಂಡರು ಕೂಡಾ ಮುಗಿಯಿತು. ಹತಾಶೆಯಿಂದ ಕಾಳಮ್ಮ ಹಾಗೂ ಅವರ ಮನೆಯಲ್ಲಿ ಎಲ್ಲರಿಗೂ ದಿಕ್ಕು ತೋಚದಂತೆ ಆಯಿತು. ಇದೇ ಚಿಂತೆಯಲ್ಲಿರುವಾಗ ಒಂದು ದಿನ ಕಾಳಮ್ಮನವರಿಗೆ ರಾತ್ರಿ ಕನಸಿನಲ್ಲಿ ತಲೆ ಮೇಲೆ ರುಂಬಾಲು ಸುತ್ತಿಕೊಂಡು, ಹೆಗಲ ಮೇಲೆ ಕರಿ ಕಂಬಳಿ ಹೊತ್ತುಕೊಂಡು ಯಾರೋ ಒಬ್ಬರು ಕನಸಿನಲ್ಲಿ ಬಂದು "ಮದುವೆಯಾದ ಒಂದು ವರ್ಷವಾದರೂ ನನ್ನ ಗುಡಿಗೆ ಬರದೇ ಹಾಗೆ ಹೋದರು"ಎಂದು ಹೇಳಿದ್ದಂಗಾಯಿತು.
ಕನಸಿನಲ್ಲಿ ಕಂಡ ಈ ದೃಶ್ಯವನ್ನು ನೋಡಿ 'ಯವ್ವಾ ಹೇರ ಹುಲಿಕಂಠಿನೆ ಕನಸಿನಲ್ಲಿ ಬಂದು ಹೋದ, ತಪ್ಪಾಯಿತು' ನಾನು ನಿನ್ನ ದರುಶನಕ್ಕೆ ಕಳುಹಿಸಲಿಲ್ಲ ಎಂದು ಕಾಳಮ್ಮ ಇವರು ತಮ್ಮ ತಪ್ಪನ್ನು ಅರಿತುಕೊಂಡರು. ನನ್ನ ಸೊಸೆ ಜೊತೆಗೆ ನಿನ್ನ ಊರಿಗೆ ಬಂದು ನಿನ್ನ ಗುಡಿಗೆ ಬಂದು ನಿನ್ನ ದರುಶನ ತೆಗೆದುಕೊಂಡು ಬರುತ್ತೇವೆ. ಅವಳ ಕಾಯಿಲೆ ವಾಸಿಯಾಗಲೆಂದು ಬೇಡಿಕೊಂಡಳು. ಇದಾದ ಕೆಲವೆ ದಿನಗಳಲ್ಲಿ ಚಮತ್ಕಾರವೆಂಬಂತೆ ಅವಳ ಕಾಯಿಲೆ ವಾಸಿಯಾಯಿತು. ಇದಾದ ಮೇಲೆ ಕಾಳಮ್ಮನವರ ಸೊಸೆಯಾದ ಸಿದ್ದಮ್ಮ ಇವಳು ಹೇರೂರ ಗ್ರಾಮಕ್ಕೆ ಹೋಗಿ ಶ್ರೀ ಹುಲಿಕಂಠೇಶ್ವರನ ದರುಶನ ಪಡೆದು ತಪ್ಪಾಯಿತು ಎಂದು ಬೇಡಿಕೊಂಡಳು. ಅವರು ಹುಲಿಕಂಠಿಯ ದರುಶನ ಪಡೆದ ಮೇಲೆ ಆ ದಂಪತಿಗಳ ಜೀವನ

ಸುಗಮವಾಗುತ್ತದೆ. ಅದಕ್ಕೆ ನಮ್ಮ ಊರ ಹೆಣ್ಣು ಮಕ್ಕಳು ಯಾವುದೇ ಊರಿಗೆ ಹೋದರೂ ಅವರ ಮೇಲೆ ಅಪಾರ ಕಾಳಜಿ ವಹಿಸುತ್ತಾನೆಂಬ ಊರಿನ ಜನರ ಅಭಿಪ್ರಾಯವಿದೆ. ಹಾಗೂ ಅವರನ್ನು ಸದಾ ಕಾಲದಿಂದ ಆಪತ್ತ್ಕಾಲದಲ್ಲಿ ಹಾಗೂ ಕಷ್ಟದಲ್ಲಿ ಹೆಣ್ಣು ಮಕ್ಕಳಿಗೆ ಕಾಪಾಡುತ್ತಾನೆ.

9. ಭಕ್ತರ ಮೇಲೆ ಅಪಾರವಾದ ಕಾಳಜಿ

ಶ್ರೀ ಹುಲಿಕಂಠೇಶ್ವರರನ್ನು ಭಕ್ತರು ತಮ್ಮ ಇಷ್ಟದಂತೆ ಹೆಸರಿಟ್ಟು ಕರೆಯುತ್ತಾರೆ. ಹುಲಿ, ಹುಲಿಕಂತಿ, ಹುಲಿಕಂತರಾಯ ಇವುಗಳಿಂದ ಅವನನ್ನು ಕೂಗಿದರೆ ಆಪತ್ತ್ಕಾಲದಲ್ಲಿ ಓಡಿ ಬಂದು ಭಕ್ತರನ್ನು ಕಾಪಾಡುತ್ತಾನೆಂದು ಇಲ್ಲಿನ ಜನರ ನಂಬಿಕೆ. ತನ್ನ ಗ್ರಾಮದ ಭಕ್ತರು ಹಾಗೂ ಜನರು ಎಲ್ಲೇ ಹೋದರು ಬೆನ್ನ ಹಿಂದೆ ಇದ್ದು ಅವರ ಕಾಳಜಿ ವಹಿಸುತ್ತಾನೆ ಎಂದು ಜನರ ಅನುಭವ ಹಾಗೂ ಅಭಿಪ್ರಾಯಗಳು. ನೆನೆದವರ ಮನದಲ್ಲಿ ನುಡಿದವರ ಮಾತಿನಲ್ಲಿ ಹಾಗೂ ಬೇಡಿಕೊಳ್ಳುವವರ ಪಾಲಿಗೆ ಫಲವಾಗಿ ಬಂದೇ ಬರುತ್ತಾನೆ. ಇಂತಹ ದಯಾಸಾಗರ, ಕರುಣಾಮಯ, ಶ್ರೀ ಹುಲಿಕಂಠೇಶ್ವರ ಮಹಿಮೆ ಅಪಾರವಾದದ್ದು. ಅವನಿಗೆ ಮರೆಯಲಾರದ ಯಾವುದೇ ದಿನವಿಲ್ಲ. ತಿಳಿದೋ ಅಥವಾ ತಿಳಿಯದೋ ಒಂದು ವೇಳೆ ಹುಲಿಕಂತಿಯನ್ನು ಮರೆತರೆ ಅವರ ಜೀವನ ಕಷ್ಟಗಳಿಂದ ತುಂಬುತ್ತದೆಂಬುದು ಅವನ ಭಕ್ತರ ನಂಬಿಕೆ ಹಾಗೂ ವಿಶ್ವಾಸವಾಗಿದೆ. 'ಅವನನ್ನು ಮರೆತು ನಾವು ಇರಬಲ್ಲ' ಎಂಬ ಅಹಂಕಾರವೇ ಅವರ ಬದುಕಿಗೆ ಮುಳ್ಳಾಗಿ ಮತ್ತೆ ಶ್ರೀ ಹುಲಿಕಂಠೇಶ್ವರ ಪಾದಕ್ಕೆ ಸೇರುವಂತೆ ಮಾಡುತ್ತಾನೆ. ಅವರ ಅಹಂಕಾರವನ್ನು ಕೊಂದು ಅವರ ಮನದಲ್ಲಿ ಮತ್ತೆ ಮಮಕಾರ ಎಂಬ ಬೀಜವ ಬಿತ್ತಿ ತನ್ನ ಭಕ್ತರನ್ನು ಮತ್ತೆ ಸರಿಯಾದ ದಾರಿ ತೋರಿಸುತ್ತಾನೆ. ಅವನ ಭಕ್ತರ ಬಗ್ಗೆ ಅಪಾರವಾದ ಕಾಳಜಿ ವಹಿಸುತ್ತಾನೆ.

7

ಶ್ರೀ ಹುಲಿಕಂತೇಶ್ವರ ಸೇವೆಗೈದ ಪ್ರಮುಖ ಪೂಜಾರಿ ಮನೆತನದ ಮುತ್ಯಾರವರು.

ಸುಮಾರು ಹದಿನಾರನೇ ಶತಮಾನಗಳಿಂದ ತಲಾತಲಾಂತರಗಳಿಂದ ಹೇರೂರ ಗ್ರಾಮದ ಪೂಜಾರಿ ಮನೆತನದಲ್ಲಿ ಮುತ್ಯಾವರು ನುಡಿದಿರುವಂತಹ ಹಲವಾರು ಪವಾಡಗಳು ಕುರಿತು ಹಾಗೂ ಅವರ ಮನೆತನಗಳ ಬಗ್ಗೆ ಇಲ್ಲಿ ಪರಿಚಯಿಸಲಾಗುತ್ತಿದೆ. ಮೊದಲನೇ ಮುತ್ಯಾವರು ಶ್ರೀ ಶಿವಪ್ಪ ಪೂಜಾರಿ. :

ಶ್ರೀಶಿವಪ್ಪ ಪೂಜಾರಿ ಇವರು ಸುಮಾರು 16 ನೇ ಶತಮಾನದಲ್ಲಿ ಪೂಜಾರಿ ಹೇಳಿಕೆ ನುಡಿಸುವವರ ಮೊದಲನೇ ಮುತ್ಯಾವರಾಗಿದ್ದರು. ಇವರು ಮೂಲತಃ ಹೇರೂರ ಗ್ರಾಮದವರಾಗಿದ್ದು ಶ್ರೀ ವೀರಭದ್ರೇಶ್ವರ ಗುಡಿಯಲ್ಲಿ ವಾಸಿಸುತ್ತಿದ್ದರು. ಆಮೇಲೆ ಕುಟುಂಬದೊಂದಿಗೆ ಬಸನಾಳ ಗ್ರಾಮಕ್ಕೆ ವಲಸೆ ಹೋಗಿ ಅಲ್ಲಿನ ನಿವಾಸಿ ಆಗಿ ಅದೇ ಗ್ರಾಮದಲ್ಲಿ ಒಂದು ಗುಡಿಯ ಸ್ಥಾಪನೆ ಮಾಡಿ ಹಲವಾರು ಪವಾಡಗಳು ಸೃಷ್ಟಿಸುತ್ತ ಒಬ್ಬ ಪವಾಡ ಪುರುಷನಾಗಿ ಪ್ರಚಲಿತಗೊಂಡಿದ್ದರು. ಇವರ ಪವಾಡಗಳಲ್ಲಿ ಇವರು ನೆಲದಿಂದ 3 ಅಡಿ ಎತ್ತರದಲ್ಲಿ ತಪಸ್ಸು ಮಾಡುತ್ತಿದ್ದರು. ಅವರು ಶ್ರೀ ಹುಲಿಕಂತೇಶ್ವರ ಕೃಪೆಗೆ ಪಾತ್ರರಾಗಿದ್ದರು.ಅವರು ಹುಲಿಕಂತಿಯ ಕೃಪಾಶಿರ್ವಾದದಿಂದ ನುಡಿದ ಮಾತುಗಳು ಸತ್ಯವಾಗುತ್ತಿದ್ದವು ಎಂಬ ಜನಪದರ ಮಾತುಗಳಿವೆ. ಅವರು ಒಂದು ಅದ್ಭುತವಾದ ದೈವಿ ಶಕ್ತಿಯನ್ನು ಪಡೆದುಕೊಂಡು ಹಲವಾರು ಪವಾಡಗಳನ್ನು ಸೃಷ್ಟಿಸುತ್ತಿದ್ದರು ಎಂಬ ಮಾತುಗಳು ಕೂಡಾ ಇರುವವು.

ಮುಂದೆ ಅವರ ಮಗನಾದ ಶ್ರೀ ಹುಲಿಯಪ್ಪ ಪೂಜಾರಿ ಮುತ್ಯಾ ಅವರು ಕೂಡಾ ತಮ್ಮ ತಂದೆಯಂತೆ ಪವಾಡ ಪುರುಷರಾಗಿದ್ದರು. ಅವರೂ ಕೂಡಾ ಇಲ್ಲಿ ಹಲವಾರು ಪವಾಡಗಳು ಸೃಷ್ಟಿಸಿದ್ದಾರೆ. ಹುಲಿಯಪ್ಪ ಪೂಜಾರಿ ಅವರು ಪೂಜಾರಿ ಮನೆತನದ ಎರಡನೇ ಮುತ್ಯಾವರು ಆಗಿದ್ದರು. ಹುಲಿಯಪ್ಪ ಪೂಜಾರಿ ಅವರು ತಮ್ಮ ಇಡೀ ಜೀವನವನ್ನ ದೇವರ ಸೇವೆಯಲ್ಲಿ ಮಿಂದು ಶ್ರೀ ಹುಲಿಕಂತೇಶ್ವರ ಭಕ್ತಿಯಲ್ಲಿ ತಮ್ಮನ್ನು ತೊಡಗಿಸಿಕೊಂಡಿದ್ದರು. ಆದ್ದರಿಂದ ಹುಲಿಯಪ್ಪ ಪೂಜಾರಿ ಅವರು ಬಸನಾಳ ಗ್ರಾಮವನ್ನ ತೊರೆದು ಮೂಲತಃ ತಮ್ಮ ಗ್ರಾಮಕ್ಕೆ ಮರಳಿ ಹೇರೂರ ಗ್ರಾಮದಲ್ಲಿಯೆ ಇದ್ದು ತಮ್ಮ ಪವಾಡಗಳನ್ನು ಸೃಷ್ಟಿಸುತ್ತಾರೆ. ಅವರಿಗೆ ಒಬ್ಬ ಗಂಡು ಮಗನಿದ್ದನು. ಅವರ ಹೆಸರು ಸಿದ್ಧಪ್ಪ ಪೂಜಾರಿ.

ಹುಲಿಯಪ್ಪ ಪೂಜಾರಿರವರ ಪವಾಡಗಳು :

ಹುಲಿಯಪ್ಪ ಪೂಜಾರಿರವರು ಶ್ರೀ ಹುಲಿಕಂತೇಶ್ವರ ಪೂಜೆಯಲ್ಲಿ ಸದಾ ತಮ್ಮನ್ನು ತೊಡಗಿಸಿಕೊಂಡಿರುತ್ತಿದ್ದರು. ಅವನ ಆರಾಧನೆಯಲ್ಲಿಯೆ ತನ್ನ ಜೀವನವನ್ನು ಸಾರ್ಥಕಗೊಳಿಸುವ ಮೂಲಕ ಭಕ್ತರಿಗೆ ತಮ್ಮ ಕೈಯಿಂದ ಹಲವಾರು ಪವಾಡಗಳು ಸೃಷ್ಟಿಸಿದರು. ಒಂದು ಸಲ ಸೋಲಾಪೂರದ ಭಕ್ತರು ಹುಲಿಯಪ್ಪ ಪೂಜಾರಿ ಮನೆಗೆ ಬಂದು ಹುಲಿಯಪ್ಪ ಪೂಜಾರಿ ಅವರನ್ನು ತಮ್ಮ ಜೊತೆಗೆ ಸೋಲಾಪೂರಕ್ಕೆ ಕರೆದುಕೊಂಡು ಹೋಗಬೇಕೆಂದು ಬಯಸುತ್ತಾರೆ. ಆಗ ಹುಲಿಯಪ್ಪ ಪೂಜಾರಿ ನಿಮ್ಮ ಸಣ್ಣ ಮುತ್ಯಾಗ ಕರೆದುಕೊಂಡು ಹೋಗ್ರಿ ಎಂದು ಹೇಳುತ್ತಾರೆ. ಇಲ್ಲಪ್ಪ, ನೀವೆ ಬಂದ್ರ ಚೆನ್ನಾಗಿರುತ್ತಿತ್ತು ಎಂದು ಭಕ್ತರು ಹೇಳುತ್ತಾರೆ. ಅವನು ಬಂದರೆ ನಾನೇ ಬಂದ್ಹಂಗೆ ಎಂದು ಪೂಜಾರಿ ಹೇಳ್ತಾರೆ. ಆಗ ಭಕ್ತರು ಹುಲಿಯಪ್ಪ ಪೂಜಾರಿ ಮಗನಿಗೆ ಕರೆದುಕೊಂಡು ಹೋಗುತ್ತಾರೆ. ಸಣ್ಣ ಪೂಜಾರಿ ಮನೆಗೆ ಹೋಗಿ ಮುಖ ತೊಳೆದುಕೊಂಡು ಮನೆಯಲ್ಲಿ ಕುಳಿತುಕೊಂಡಾಗ ಅವರು ತಾನಾಗಿ ಮಾಯವಾಗುತ್ತಾರೆ. ಅಲ್ಲಿಂದ ಮಾಯವಾಗಿ ನೇರವಾಗಿ ಸಿದ್ರಾಮೇಶ್ವರ ಗುಡಿಗೆ ಹೋಗಿ ಕೂತುಕೊಂಡು ಬಿಡುತ್ತಾರೆ. ಅಲ್ಲಿ ಭಕ್ತರು ಗಾಬರಿಯಾಗಿ ಅವನನ್ನು ಹುಡುಕುತ್ತಾರೆ. ಮೂರು ದಿನವಾದರೂ ಸಣ್ಣ ಮುತ್ಯಾ ಸಿಗಲಿಲ್ಲ ಎಂದು ಭಯಪಡುತ್ತಾರೆ. ಇಲ್ಲಿ ಹುಲಿಯಪ್ಪ ಪೂಜಾರಿ ಅವರ ಕನಸಿನಲ್ಲಿ ಶ್ರೀ ಹುಲಿಕಂತೇಶ್ವರ ಬಂದು ನಿನ್ನ ಮಗ ಕಳೆದು 3 ದಿನಾ ಆಯಿತು. ನಿನಗ ಸ್ವಲ್ಪವೂ ಖಬರಿಲ್ಲ. ನೀ ಇಲ್ಲಿ ಪೂಜಾ ಮಾಡ್ತಾ ಕುಳಿತಿದ್ದಿ ಎಂದು ದೇವರು ಹೇಳ್ತಾನೆ. ಆಗ ಹುಲಿಯಪ್ಪ ಪೂಜಾರಿ ಎಪ್ಪ ನಿನ್ನ ಸೇವೆ ನಾನು ಮಾಡಬೇಕಾಗಿದೆ. ನನ್ನ ಮಗನಿಗಿಂತ ನಿನ್ನ ಸೇವೆನೆ ದೊಡ್ಡದು. ಅವನ ಚಿಂತೆ ನನಗಿಲ್ಲ. ನನ್ನ ಸೇವೆ ಇರಲಿ, ಮೊದಲ ಸೋಲಾಪೂರಕ ಹೋಗು. ಮಗನ ಇಡೀ ಸೋಲಾಪೂರ ಹುಡುಕಿದರೂ ನಿನ್ನ ಮಗ ಸಿಕ್ಕಿಲ್ಲ, ಅಲ್ಲಿ ನಿನ್ನ ಭಕ್ತರು ಗಾಬರಿಯಾಗಿ ಕುಳ್ತಾರ. ಮುತ್ಯಾವರ ಮಗ ಕಳೆದು ಹೋಗ್ಯಾನ. ಏನ್ ಮಾಡಬೇಕೆಂದು ಭಯಭೀತರಾಗ್ಯಾರ. ಆಗಲೇ ಹುಲಿಯಪ್ಪ ಪೂಜಾರಿ ಸೋಲಾಪೂರಕ್ಕೆ ಹೋಗಿ ಭಕ್ತರ ಮನೆ ಮುಂದೆ ಹೋಗಿ ನಿಂತಾಗ ಭಕ್ತರು ಹುಲಿಯಪ್ಪ ಪೂಜಾರಿಗೆ ನೀರು ಕೊಟ್ಟರು. ನನಗೆ ನೀರು ಬೇಡ. ಅಲ್ಲಿ ಒಂದು ಟೆಂಗಿನಕಾಯಿ ಇದೆ, ಅದು ಕೊಡ್ರಿ ಎಂದು ತೆಂಗಿನಕಾಯಿ ತೆಗೆದುಕೊಂಡು ಹುಲಿಯಪ್ಪ ಪೂಜಾರಿ ನೇರವಾಗಿ ಸಿದ್ರಾಮೇಶ್ವರ ಗುಡಿಗೆ ಹೋಗುತ್ತಾರೆ. ಅಲ್ಲಿ ಹೋಗಿ ಬಾರೋ ಸಿದ್ಧ ಎಂದು ಕರೆಯುತ್ತಾರೆ. ಅವರು ಈ ರೀತಿ ಕರೆದಕೂಡಲೇ

ಒಳಗಿಂದ ಅವರ ಮಗ ಹೊರಗೆ ಬರುತ್ತಾನೆ. ಭಕ್ತರು ಅವಕ್ಕಾಗಿ ಈ ಘಟನೆಯನ್ನು ನೋಡಿ ಇದೇನು ಪವಾಡವೆಂದು ಆಶ್ಚರ್ಯಪಡುತ್ತಾರೆ. ಆಮೇಲೆ ತಮ್ಮ ಮಗನನ್ನು ಕರೆದುಕೊಂಡು ಮತ್ತೆ ಭಕ್ತರ ಮನೆಗೆ ತಂದು ಬಿಡುತ್ತಾರೆ. ಆ ಮೇಲೆ ಅವರು ಮರಳಿ ಹೇರೂರಗೆ ಬರಲು ತಯಾರಾಗಿ ಭಕ್ತರಿಗೆ ರೀತಿ ತಾಕೀತು ಮಾಡುತ್ತಾರೆ. ಮತ್ತೆ ನಾಳಿಗೆ ನನ್ನ ಮಗನನ್ನು ಮನೆಗೆ ತಂದು ಹಚ್ಚಿರಿ. ಈಗ ನನಗೆ ಹೇರೂರ ಗ್ರಾಮಕ್ಕೆ ಮರಳಿ ಸಂಜೆ ಹೊತ್ತಿನ ಪೂಜೆಗೆ ಹಾಜರಾಗಬೇಕು ಎಂದು ಅವರು ಹೊರಡುತ್ತಾರೆ. ಆಗ ಸಿದ್ಧ ಎಂದು ಅವರ ಮಗನಿಗೆ ಹೆಸರಿಡುತ್ತಾರೆ.

ಮೂರನೇ ಮನೆತನದ ಶ್ರೀ ಸಿದ್ಧಪ್ಪ ಪೂಜಾರಿ ಮುತ್ಯಾವರು.

ಶ್ರೀಸಿದ್ಧಪ್ಪ ಪೂಜಾರಿ ಮುತ್ಯಾವರು ನುಡಿದಿರುವ ಹಲವಾರು ಪವಾಡಗಳು ಇಲ್ಲಿವೆ. ಸಗರ ನಾಡಿನ ಸಾಹುಕಾರ ಅವರ ಸೊಸೆಗೆ ಒಂದು ಪಿಶಾಚಿಯು ಹಿಡಿದುಕೊಂಡಿತ್ತು. ಆದರೆ ಯಾವುದೇ ದಿಕ್ಕೆಗೆ ಹೋದರೂ ಕೂಡಾ ಅದನ್ನು ಬಿಡಿಸುವುದಕ್ಕೆ ಆಗಿರಲಿಲ್ಲ. ಎಲ್ಲಾ ಪ್ರಯತ್ನಗಳು ವಿಫಲವಾಗಿ ಏನೂ ಪ್ರಯೋಜನವಾಗಿರಲಿಲ್ಲ. ಹತಾಶೆಗೊಂಡ ಸಾಹುಕಾರ ತನ್ನ ಸೊಸೆಗೆ ಹೇರೂರ ಗ್ರಾಮದ ಪೂಜಾರಿಯವರ ಮುಂದೆ ಬಂದು ತಮ್ಮ ಕಷ್ಟಗಳನ್ನು ಹೇಳಿದರು. ಆಗ ಹೇರೂರ ಗ್ರಾಮದ ಮಳಿಗೆಯಲ್ಲಿ ಹೇಳಿಕೆಯನ್ನು ನಡೆಯುತ್ತಿತ್ತು. ಅದೇ ಸಮಯದಲ್ಲಿ ಎಲ್ಲಾ ಜನ ಒಬ್ಬೊಬ್ಬರಾಗಿ ಮುಂದೆ ಬಂದು ತಮ್ಮ ಕಷ್ಟವನ್ನು ಹೇಳಿಕೊಂಡು ಪರಿಹಾರವನ್ನು ಪಡೆದುಕೊಳ್ಳುತ್ತಿದ್ದರು. ಅದೇ ಸಮಯದಲ್ಲಿ ಸಾಹುಕಾರನ ಸೊಸೆ ಮುಂದೆ ಬಂದು ನಿಂತಾಗ ಪಿಶಾಚಿಯು ಓಡಿ ಬಂದು ನಿಂತಿತು, ಹೇ ಕುರುಬಿ ಇಂತಹ ಎಷ್ಟೋ ಕುರುಬಿಗೆ ಕಿಸ್ಯಾದಾಗ ಹಾಕಿಕೊಂಡಿನಿ, ನೀನೆಷ್ಟು ಭಾರಿ. ಯವ್ವಾ, ತಾಳವ್ವ ತಾಳು. ನೀ ದೊಡ್ಡಾಕಿದ್ದಿ ಎಂದು ಮುತ್ಯಾವರು ನಗುತಾ ಪಿಶಾಚಿಗೆ ಹೇಳಿದರು. ಹಂಗೆ ಪೂಜಾರಿ ಮೈಯಲ್ಲಿ ಒಂದು ಉಗ್ರ ಬಂತು ಹಾಗೆಯೇ ಬಾಣ ಹಿಡಿದು ಚೆತ್ತಳಿಕೆಗೆ ಹುರಿ ಹಾಕಿದರು. ಆಗ ಆ ಪಿಶಚಿ ಯವ್ವಾ ನಾ ಸಾಯ್ತಿನಿ ಅಂತ ಹೇಳುತ್ತಿತ್ತು. ಯಾಕ ಇಗ್ಯಾಕ ಸಾಯ್ತಿ, ಅಂತ ಪೂಜಾರಿ ಹೇಳಿದರು. ಏ ಕುರುಬಿ ನೀ ದೀಪಾ ಹಚ್ಚಿದಿ ನಾನು ಇಲ್ಲ ಕುಂತು ಅದನ್ನ ಆರಿಸುತ್ತೇನೆ ಎಂದು ಪಿಶಾಚಿ ಹೇಳ್ತು. ಯವ್ವಾ ನಿನಬಲ್ಲಿ ಅಷ್ಟ ಶಕ್ತಿ ಅದಾ, ನನ ಬಲ್ಲಿ ಅಷ್ಟ ಶಕ್ತಿ ಇಲ್ಲ ಎಂದು ಪೂಜಾರಿ ಅವರು ಕಡ್ಡಿ ಇಲ್ಲದೇ ದೀಪ ಹಚ್ಚಿದರು. ಹಿಂಗಾದ್ರ ಇದಕ್ಕ ಸುಮ್ಮನೆ ಬಿಡಬಾರದೆಂದು ಪಿಶಾಚಿಗೆ ಹೇ ಪಿಶಾಚಿ ಇಲ್ಲಿ ಹೊಲದಲ್ಲಿ ಒಂದು ಚಂಚಣ ನಗಾರಿ ಕಲ್ಲ ಆದ. ಅದು ಎತ್ತಿ ಕೊಂಡು ನನ್ನ ಗುಡಿ ಮುಂದೆ ತಂದಿಟ್ಟು ಹೋಗು ಎಂದು ಪಿಶಾಚಿಗೆ ಕಲ್ಲು ಹೊರಿಸಿ ಓಡಿಸಿಬಿಡುತ್ತಾರೆ. ಶ್ರೀ ಸಿದ್ಧಪ್ಪ ಪೂಜಾರಿ ಅವರು ಮಾಡಿದಂತಹ ದೊಡ್ಡ ಪವಾಡದ ರೂಪಕವಾಗಿ ಬೃಹತ್ತವಾದ ಚಂಚಣ ನಗಾರಿ ಕಲ್ಲನ್ನು ಇಂದಿಗೂ ಈ ಗ್ರಾಮದಲ್ಲಿ ನೋಡಬಹುದು.

ನಾಲ್ಕನೇ ಮನೆತನದ ಶ್ರೀ ಸಿದ್ಧಪ್ಪ ಪೂಜಾರಿ ಮುತ್ಯಾವರು.

ಶ್ರೀ ಸಿದ್ಧಪ್ಪ ಪೂಜಾರಿ ಮುತ್ಯಾವರು ಪೂಜಾರಿ ಮನೆತನದ ನಾಲ್ಕನೇ ಪವಾಡ ಪುರುಷರಾಗಿದ್ದಾರೆ. ಶ್ರೀ ಹುಲಿಕಂಠೇಶ್ವರ ಕೃಪೆಗೆ ಪಾತ್ರರಾಗಿ ಪ್ರತಿವರ್ಷ ಶ್ರೀ

ಹುಲಿಕಂಶೇಶ್ವರ ಪಲ್ಲಕ್ಕಿ ಉತ್ಸವದಲ್ಲಿ ಹೇಳಿಕೆ ನುಡಿಸುವಂತಹ ಅನುಗ್ರಹ ಪಡೆದಿದ್ದಾರೆ. ಇವರು ಊರಿನಲ್ಲಿ ಹಲವಾರು ಕಷ್ಟಗಳು ಹಾಗೂ ಸಮಸ್ಯೆಗಳಿಗೆ ಪರಿಹಾರ ನೀಡುತ್ತ ಬಂದಿರುವುರು. ಇವರು ನುಡಿಸುವ ಹೇಳಿಕೆ ಹಾಗೂ ಪವಾಡಗಳು ಊರಿಗೆ ಮತ್ತು ಸುತ್ತ ಮುತ್ತ ರಾಜ್ಯಗಳಿಗೂ ಕೂಡಾ ಪ್ರಚಲಿತವಾಗಿದೆ.

ಸಿದ್ಧಪ್ಪ ಪೂಜಾರಿ ಇವರ ಪವಾಡಗಳು.:

ಇತ್ತೀಚಿನ ಕಾಲದಲ್ಲಿ ನಡೆದು ಬಂದಿರುವಂತಹ ಪವಾಡಗಳು ಸಿದ್ಧಪ್ಪ ಪೂಜಾರಿ ನುಡಿದಂತೆ ಆಗಿವೆ. ಸಿಂದಗಿ ತಾಲೂಕಿನಲ್ಲಿ ಒಂದು ಮನೆತನದಲ್ಲಿ ಎಣ್ಣಿ ಮಲಕಾಜಪ್ಪ ಎಂಬ ಒಂದು ಪರಿವಾರವಿತ್ತು. ಬಹಳ ವರ್ಷಗಳಿಂದಲೂ ಅವರಿಗೆ ಸಂತಾನ ಭಾಗ್ಯವಿರಲಿಲ್ಲ. ಈ ದಂಪತಿಗಳು ಮಕ್ಕಳ ಪ್ರಾಪ್ತಿಗಾಗಿ ಹಲವಾರು ಪ್ರಯತ್ನಗಳು ಮಾಡಿದರು. ದೇವರು ದಿಂಡರು ಹಾಗೂ ವೈದ್ಯಕೀಯ ಉಪಚಾರಗಳು ಇವೆಲ್ಲವು ವಿಫಲವಾಗಿ ಹತಾಶೆಗೊಂಡಿರುವ ದಂಪತಿ ಶ್ರೀ ಸಿದ್ಧಪ್ಪ ಪೂಜಾರಿ ಮುತ್ಯಾ ಅವರ ಮುಂದೆ ಬಂದು ತಮ್ಮ ಕಷ್ಟಗಳನ್ನು ಬಿಚ್ಚಿಟ್ಟರು. ಆಗ ಮುತ್ಯಾವರು ದೇವರ ಅನುಗ್ರಹದಿಂದ ಈ ದಂಪತಿಗೆ ಸಂತಾನ ಭಾಗ್ಯವಾಗುತ್ತೆಂದು ಆಶಿರ್ವಾದ ನೀಡುತ್ತಾರೆ. ಅದರಂತೆ ಬರುವ ವರ್ಷದಲ್ಲೇ ಎಣ್ಣಿ ಮಲಕಾಜಪ್ಪ ಇವರಿಗೆ ಒಂದು ಸಂತಾನ ಹುಟ್ಟುತ್ತೆ. ಪೂಜಾರಿ ನುಡಿದ ಮಾತಿನಂತೆ ಮಕ್ಕಳ ಭಾಗ್ಯವಾದದ್ದರಿಂದ ಇವರು ಹೇರೂರ ಗ್ರಾಮಕ್ಕೆ ಬಂದು ಶ್ರೀ ಹುಲಿಕಂಶೇಶ್ವರ ದರ್ಶನ ಪಡೆದು ಹೋಗುತ್ತಾರೆ. ಇದರಂತೆ ಇನ್ನೊಂದು ಪವಾಡ. ಯಾದಗಿರಿ ಜಿಲ್ಲೆಯ ಹೊನಗುಂಟ ಗ್ರಾಮದ ಒಬ್ಬ ಮಹಿಳೆಗೆ ಸುಮಾರು ಹದಿನ್ಯೆದು ವರ್ಷಗಳಾದರೂ ಸಂತಾನ ಭಾಗ್ಯವಿರಲಿಲ್ಲ. ಸಂತಾನ ಭಾಗ್ಯ ಪಡೆಯಲು ಹಲವಾರು ಪ್ರಯತ್ನಗಳು ವಿಫಲವಾಗಿದ್ದವು. ಆಗ ಸಿದ್ಧಪ್ಪ ಪೂಜಾರಿ ಅವರ ಪವಾಡಗಳನ್ನು ಕೇಳಿ ಹೇರೂರ ಗ್ರಾಮಕ್ಕೆ ಬಂದು ಪೂಜಾರಿ ಅವರಿಗೆ ತಮ್ಮ ಕಷ್ಟಗಳನ್ನು ಹಂಚಿಕೊಂಡರು. ಅವರ ಕಷ್ಟಗಳನ್ನು ಕೇಳಿದ ಸಿದ್ಧಪ್ಪ ಪೂಜಾರಿ ಅವರು ಆ ಹೆಣ್ಣು ಮಗಳಿಗೆ ಶ್ರೀ ಹುಲಿಕಂಶೇಶ್ವರ ಪ್ರಸಾದ ನೀಡಿ, ನಿನಗೆ ಬರುವ ವರ್ಷದಲ್ಲಿ ಒಂದು ಗಂಡು ಮಗು ಹುಟ್ಟುತ್ತದೆ ಎಂದು ಹೇಳಿ ಆಶೀರ್ವಚನ ನೀಡಿದರು. ಅವರು ನೀಡಿದ ವರಪ್ರಸಾದದಿಂದ ಅವಳಿಗೆ ಒಂದು ಗಂಡು ಮಗು ಹುಟ್ಟಿದೆ. ಆ ಸಂತೋಷದಿಂದ ಅವರು ಹೇರೂರಿಗೆ ಬಂದು ಸಿದ್ಧಪ್ಪ ಪೂಜಾರಿಗೆ ಒಂದು ತೊಲಿ ಬಂಗಾರ ಹಾಗೂ ಬಟ್ಟೆ ಮಾಡಿ ತಮ್ಮ ಮಗನ ಜವಳ ತೆಗೆದುಕೊಂಡು ಹೋದರೆಂದು ಸಿದ್ಧಪ್ಪ ಪೂಜಾರಿ ಹೇಳಿದ್ದಾರೆ.

ಇದರಂತಹ ಹಲವಾರು ಹೇಳಿಕೆಗಳು ಸಿದ್ಧಪ್ಪ ಪೂಜಾರಿಯಿಂದ ಕೇಳಿಬಂದಿವೆ. ಈಗಲೂ ಕೂಡಾ ಜನರು ಬರುತ್ತಾರೆ. ತಮ್ಮ ಕಷ್ಟಗಳನ್ನು ಹಂಚಿಕೊಳ್ಳುತ್ತಾರೆ. ಶ್ರೀ ಹುಲಿಕಂಶೇಶ್ವರರು ಪೂಜಾರಿ ಬಾಯಿಂದ ನುಡಿಸುವಂತಹ ನುಡಿ ಮಾತಿನಿಂದಲೇ ಜನರಿಗೆ ಸಂತೋಷ ಹಾಗೂ ಭಕ್ತರ ಕಷ್ಟಗಳಿಗೆ ಪರಿಹಾರ ಸಿಗುತ್ತದೆ.

8

ಶ್ರೀಹುಲಿಕಂತೇಶ್ವರ ಕೃತಿಯ ಬಗ್ಗೆ ಸ್ಥಳಿಯ ಜನರ ಅಭಿಪ್ರಾಯಗಳು

1.ಶಿವರಾಯ ಪೂಜಾರಿ ಇವರ ಅನಿಸಿಕೆಗಳು :

"ನಮ್ಮೂರ ಶ್ರೀ ಹುಲಿಕಂತೇಶ್ವರ ಪವಾಡಗಳು" ಎಂಬ ಕೃತಿ ಪುಸ್ತಕ ರೂಪದಲ್ಲಿ ಹೊರಬರುತ್ತಿರುವುದು ತುಂಬಾ ಸಂತೋಷದ ವಿಷಯ. ಶ್ರೀ ಕ್ಷೇತ್ರ ಹೇರೂರ (ಬಿ) ಗ್ರಾಮವು ಬಹಳ ಪ್ರಾಚೀನತೆಯನ್ನು ಹೊಂದಿರುವಂತಹ ಧಾರ್ಮಿಕ ಸ್ಥಳವಾಗಿದೆ. ಇಲ್ಲಿ ಹಲವಾರು ಐತಿಹಾಸಿಕ ನೆಲೆಗಳು ಹಾಗೂ ಸ್ಮಾರಕಗಳು ಕೂಡಾ ಕಂಡುಬರುತ್ತವೆ. ಇಂತಹ ಗೋಚರವಾದ ಪ್ರತಿರೂಪ, ಹಿನ್ನೆಲೆ ಅಗೋಚರವಾದ ಪವಾಡಗಳು ಇವತ್ತು ಕೂಡಾ ನಮ್ಮ ಎಲ್ಲರಿಗೂ ಪರಿಚಯಿಸುವ ಪ್ರಯತ್ನವನ್ನು ಈ ಕೃತಿಯ ಮೂಲಕ ಸಾಧ್ಯವಾಗುತ್ತಿದೆ.

ಹೇರೂರ (ಬಿ) ಗ್ರಾಮದ ಸುತ್ತಮುತ್ತಲಿನ ಹಳ್ಳಿಯ ಜನರು ಹಾಗೂ ಭಕ್ತರು ಪ್ರತಿವರ್ಷದಲ್ಲಿ ಎರಡು ಬಾರಿ ಶ್ರೀ ಹುಲಿಕಂತೇಶ್ವರ ಪಲ್ಲಕ್ಕಿ ಜಾತ್ರಾ ಮಹೋತ್ಸವಕ್ಕೆ ತಪ್ಪದೆ ಹಾಜರಾಗಿ ದೇವರ ದರ್ಶನ ಪಡೆಯುತ್ತಾರೆ. ಶ್ರೀ ಹುಲಿಕಂತೇಶ್ವರ ಕೃಪೆಗೆ ಪಾತ್ರರಾಗಿ ಭಕ್ತರ ನಂಬಿಕೆ ಹಾಗೂ ವಿಶ್ವಾಸ ತಲಾತಲಾಂತರವಾಗಿ ಬಂದಿರುವಂತಹ ಒಂದು ಸಾಂಪ್ರದಾಯಿಕ ರೂಢಿ ಪರಂಪರೆಯಾಗಿರುತ್ತದೆ. ಇಲ್ಲಿನ ಜನರು ತಮ್ಮ ಹಲವಾರು ಬೇಡಿಕೆಗಳು ಹಾಗೂ ಕಷ್ಟ ನಿವಾರಣೆ ದೇವರ ಮುಂದೆ ಭಕ್ತಿಯಿಂದ ಬೇಡಿಕೊಳ್ಳುತ್ತಾರೆ. ಹಲವಾರು ಭಕ್ತರು ತಮ್ಮ ಹರಕೆಗಳು ದೇವರ ಮುಂದೆ ಈಡೇರಿಸುತ್ತಾರೆ. ಶ್ರೀ ಹುಲಿಕಂತೇಶ್ವರ ದೇವರ ದಯೆ ಜನ ಸಾಮಾನ್ಯರಿಂದ ಶ್ರೀಮಂತ ಮನೆತನದ ಜನಸಮುದಾಯಕ್ಕೂ ಸರಿ ಸಮಾನವಾಗಿ ತಮ್ಮ ಭಕ್ತಿಯಿಂದ ನಡೆದಂತೆ ಅವರಿಗೆ ಫಲ ಭಾಗ್ಯ ದೊರೆಯುತ್ತದೆ.

ನಾನು ಇದೇ ಊರಿನ ಹಾಲುಮತ ಸಮುದಾಯದ ಒಬ್ಬ ಹಿರಿಯನಾಗಿ ಇಲ್ಲಿನ ಹಲವಾರು

ಘಟನೆಗಳು ಹಾಗೂ ಈ ದೇವರ ಪವಾಡಗಳು ನನ್ನ ಕಣ್ಣಾರೆ ಅನುಭವಿಸಿ ಹಾಗೂ ನೋಡಿ ಅನುಗ್ರಹಿತನಾಗಿದ್ದೇನೆ. ಶ್ರೀ ಹುಲಿಕಂತೇಶ್ವರರ ಪವಾಡಗಳು ಹಾಗೂ ಮಹಿಮೆಯನ್ನು ತಿಳಿಯಬಲ್ಲದು. ಇವತ್ತು ಈ ದೇವರ ಪವಾಡಗಳು ಹಾಗೂ ಊರಿನ ಹೆಸರು ಪ್ರಚಲಿತವಾಗಲು ಒಂದು ಶುಭ ಕಾರ್ಯಕ್ಕೆ ಪ್ರಾರಂಭವಾಗಿದೆ ಎಂದು ಹೇಳುತ್ತ ಇದೇ ಊರಿನ ಒಬ್ಬ ಯುವಕ ತನ್ನ ಸ್ವ-ಕೃತಿಯ ಮೂಲಕ ತನ್ನದೇ ಆದ ರೀತಿಯಲ್ಲಿ ಜನರಿಗೆ ದೇವರ ಮಹಿಮೆಯನ್ನು ಪರಿಚಯಿಸಲು ಹೊರಟಿದ್ದು ಒಂದು ಸಂತೋಷದ ವಿಷಯ. ಸುಮಾರು ಮೂರು ವರ್ಷಗಳಿಂದ ಇವರ ಪ್ರಯತ್ನ ನಿಜಕ್ಕೂ ಶ್ಲಾಘನೀಯವಾಗಿದೆ. ಇವರು ಆವಾಗಾವಾಗ ಊರಿಗೆ ಬಂದು ತನ್ನ ಶ್ರದ್ಧೆಯಿಂದ ಶ್ರೀ ಹುಲಿಕಂತೇಶ್ವರ ಗುಡಿಯ ಕುರಿತು ಎಲ್ಲ ಮಾಹಿತಿಗಳನ್ನು ಸಂಗ್ರಹಿಸಿ ಅದನ್ನು ಬರಹ ರೂಪಕ್ಕೆ ತಂದು ಕೊಡುತ್ತಿದ್ದಾನೆ. ಯಾವುದೇ ಕೆಲಸ ನಾನು ಮಾಡಬಲ್ಲ ಎಂಬುದಷ್ಟು ಅದು ಸಾಧ್ಯವಿಲ್ಲ. ಯಾವ ಕೆಲಸವನ್ನು ಯಾರಿಂದ ಆಗಬೇಕೆಂಬುದು ಇದು ಆ ದೇವರೆ ಆರಿಸಿಕೊಳ್ಳುತ್ತೇನೆ. ಅದಕ್ಕೆ ನಾನು ಶ್ರೀ ಹುಲಿಕಂತೇಶ್ವರನು ಈ ಕೃತಿಯ ಲೇಖಕರಾದ ಶ್ರೀ ನಾಗರಾಜ ಕುಂಬಾರ ಅವರಿಗೆ ಶುಭ ಹಾರೈಸಲೆಂದು ಆ ದೇವರಲ್ಲಿ ಬೇಡಿಕೊಳ್ಳುತ್ತೇನೆ.
-ಶಿವರಾಯ ಪೂಜಾರಿ
ಹೇರೂರ (ಬಿ) ಗ್ರಾಮ

༄

2) ಶೇಖಣ್ಣ ಪೂಜಾರಿ ಇವರ ಅನಿಸಿಕೆಗಳು :
ಸುಮಾರು ಮೂರು ವರ್ಷಗಳ ಹಿಂದೆ ಶ್ರೀ ನಾಗರಾಜ ಕುಂಬಾರ ಇವರು ಊರಿಗೆ ಬಂದು ಇಲ್ಲಿನ ಶ್ರೀ ಹುಲಿಕಂತೇಶ್ವರ ದೇವರ ದರ್ಶನ ಪಡೆದು ಭಕ್ತಿಯಿಂದ ತನ್ಮಯರಾದರು. ಆಗ ಅವರ ಮನಸ್ಸಿನಲ್ಲಿ ಈ ದೇವರ ಕುರಿತು ಒಂದು ಪುಸ್ತಕ ಬರೆಯಬೇಕೆಂದು ಎನ್ನಿಸಿತೋ ಏನೋ. ಆಗವರು ದೇವರ ಬಗ್ಗೆ ಎಲ್ಲ ವಿಷಯಗಳು ಹಾಗು ಪವಾಡಗಳು ಕುರಿತು ಮಾಹಿತಿಗಳನ್ನು ನನ್ನ ತಂದೆಯಾದ ಶ್ರೀ ಶಿವರಾಯ ಪೂಜಾರಿ ಹಾಗೂ ಗ್ರಾಮಸ್ಥರಿಂದ ಕೂಡಿ ಹಾಕಲು ಪ್ರಯತ್ನ ಪಡುತ್ತಿದ್ದರು. ಇಂತಹ ಒಳ್ಳೆ ಕೆಲಸದಲ್ಲಿ ಇವರು ನನಗೆ ಕರೆದು ನೀನು ನನಗೆ ಸಹಾಯ ಮಾಡಬೇಕೆಂದರು. ಅದಕ್ಕೆ ನಾನು ನನ್ನ ಎಲ್ಲಾ ಕೆಲಸಗಳನ್ನು ಬಿಡುವು ಮಾಡಿಕೊಂಡು ಅವರು ಕರೆದಾಗಲೆಲ್ಲ ಅವರಿಗೆ ಈ ಕಾರ್ಯದಲ್ಲಿ ಸಹಕರಿಸುವ ಪ್ರಯತ್ನ ಮಾಡಿದ್ದೇನೆ. ಇದು ನನ್ನ ಭಾಗ್ಯವೋ ಏನೋ ಗೊತ್ತಿಲ್ಲ. ಆದರೆ ಇದು ನನಗೆ ತುಂಬಾ ಸಂತೋಷವನ್ನು ನೀಡಿದೆ. ಇವರ ಈ ಕೃತಿಯಲ್ಲಿ ಮೂಡಿಬಂದಂತಹ ಘಟನೆಗಳು ಮಾತ್ರ ನಿಜಕ್ಕೆ ಹತ್ತಿರವೆಂದು ನಾನು ಹೇಳಬಲ್ಲೆ. ನಂಬಿದವರಿಗೆ ಆ ದೇವರು ಎಂದೂ ಕೈಬಿಡುವುದಿಲ್ಲವೆಂದು ಜನರು ಆಡಿಕೊಳ್ಳುತ್ತಾರೆ. ಆದರೆ ಅದರ ಅನುಭವ ಪಡೆದವರಿಗೆ ಮಾತ್ರ ಗೊತ್ತು. ಅದಕ್ಕೆಂದೆ ಬಹಶಃ ಈ ಕೃತಿಯು ಶ್ರೀ ನಾಗರಾಜ ಕುಂಬಾರವರ ಕೃತಿಯಲ್ಲಿ ಮೂಡಿಬರುತ್ತಿರುವುದು ಒಂದು ಹೆಮ್ಮೆಯ ವಿಷಯ. ಭಕ್ತಿಯ ಪರಾಕಷ್ಟೆ ಇದ್ದರೆ ಮಾತ್ರ ಇಂತಹ ಕೆಲಸಗಳು ಆಗುವುದೆಂದು ನಾನು ಹೇಳಬಲ್ಲೆ. ಈ ಕೃತಿಯು ಹೊರಬರುವಲ್ಲಿ ನಾನು

ಮಾಡಿದ ಸೇವೆಯು ರಾಮಾಯಣದಲ್ಲಿ ಅಳಿಲು ಮಾಡಿದ ಸೇವೆಗಿಂತಲೂ ಕಡಿಮೆ. ಆದರೆ ಅದರಲ್ಲಿ ದೊರೆತ ಆನಂದ ಸಾಕ್ಷಾತ ದೇವರೆ ಸಿಕ್ಕಂತಾಗಿದೆ ಎಂದು ಹೇಳುವಲ್ಲಿ ನಾನೆಂದು ಸಂಕೋಚಪಡುವುದಿಲ್ಲ. ಶ್ರೀ ಹುಲಿಕಂಠೇಶ್ವರರು ನಾಗರಾಜ ಅವರು ಮಾಡಿದಂಥ ಕೆಲಸಕ್ಕೆ ಇವರಿಗೆ ಆಯುರಾರೋಗ್ಯ, ಅಷ್ಟ ಸಂಪತ್ತುಗಳನ್ನು ದಯಪಾಲಿಸಿ ಹರಸಲೆಂದು ನಾನು ಹೃತ್ಪೂರ್ವಕ ಬೇಡಿಕೊಳ್ಳುತ್ತೇನೆ.

-ಶೇಖಣ್ಣ ಪೂಜಾರಿ

೧

ನಾನು ಹೇರೂರ (ಬಿ) ಗ್ರಾಮದ ನಿವಾಸಿಯಾಗಿದ್ದು ಶ್ರೀ ಹುಲಿಕಂಠೇಶ್ವರ ಪವಾಡಗಳ ಕುರಿತು ಅರಿತುಕೊಂಡಿದ್ದೇನೆ. ಈ ಗ್ರಾಮಕ್ಕೆ ಬರುವ ಎಲ್ಲಾ ಭಕ್ತರು ತಮ್ಮ ಮನದಲ್ಲಿ ಶ್ರೀ ಹುಲಿಕಂಠೇಶ್ವರ ನಾಮಸ್ಮರಣೆ ಭಕ್ತಿಯಿಂದ ಹಾಗೂ ಶ್ರದ್ಧೆಯಿಂದ ನುಡಿಯುತ್ತಾರೆ. ಈ ಗ್ರಾಮದಲ್ಲಿ ಧಾರ್ಮಿಕ ಚಟುವಟಿಕೆಗಳನ್ನು ಬಹಳ ಶ್ರದ್ಧೆಯಿಂದ ನೆರವೇರಿಸುತ್ತಾರೆ. ಊರಿನ ಎಲ್ಲಾ ಜಾತಿ ಸಮುದಾಯದವರು ಒಂದೆಡೆ ಸೇರಿ ತುಂಬಾ ಭಕ್ತಿಯಿಂದ ಹಾಗೂ ಸಮಭಾವದಿಂದ ಶ್ರೀ ಹುಲಿಕಂಠೇಶ್ವರ ಹಬ್ಬವನ್ನ ಆಚರಿಸುತ್ತಾರೆ. ಗ್ರಾಮ ದೇವತೆಯ ಕುರಿತು ಒಂದು ಪುಸ್ತಕವು ಹೊರಬರಲಿದೆಯೆಂದು ತಿಳಿದ ಮೇಲೆ ನಮಗೆ ತುಂಬಾ ಸಂತೋಷವಾಗುತ್ತಿದೆ. ನಾಗರಾಜ ಕುಂಬಾರ ಇವರು ಭಕ್ತಿ, ಭಾವ ಹಾಗೂ ಶ್ರದ್ಧೆಯಿಂದ ಅಲ್ಲದೆ ಅವರ ಸತತ ಪ್ರಯತ್ನದಿಂದ ಈ ಕೃತಿಯನ್ನು ಹೊರತರುತ್ತಿದ್ದಾರೆ. ಅವರ ಈ ಶುಭಕಾರ್ಯಕ್ಕೆ ನನ್ನ ಹಾಗೂ ನನ್ನ ಗ್ರಾಮಸ್ಥರಿಂದ ಅಲ್ಲದೆ ಶ್ರೀ ಹುಲಿಕಂಠೇಶ್ವರ ಭಕ್ತಸಮೂಹದವತಿಯಿಂದ ನಾನು ನಾಗರಾಜ ಕುಂಬಾರ ಇವರಿಗೆ ಹಾರ್ದಿಕ ಶುಭ ಹಾರೈಕೆ ಕೋರುತ್ತೇನೆ.

-ಕಾಂತಾ ರುದ್ರ

೨

ನಮ್ಮೂರ ಶ್ರೀ ಹುಲಿಕಂಠೇಶ್ವರ ಪವಾಡಗಳು ಕೃತಿಯ ರೂಪದಲ್ಲಿ ಹೊರಬರುತ್ತಿರುವುದು ಕೇಳಿ ನನಗೆ ತುಂಬಾ ಸಂತೋಷವಾಗುತ್ತಿದೆ. ಸುಮಾರು ವರ್ಷಗಳಿಂದ ಹೇರೂರ ಗ್ರಾಮದ ಮನೆಯ ದೇವರಾದ ಶ್ರೀ ಹುಲಿಕಂಠೇಶ್ವರ ಪವಾಡ ಮತ್ತು ಮಹಿಮೆಯನ್ನು ಎಲ್ಲ ಹಳ್ಳಿಗೆ ಪ್ರಚಲಿತವಾಗಬೇಕೆಂದು ಆಸೆಯಿತ್ತು. ಇಂದು ಈ ಕಾರ್ಯ ಈ ರೀತಿ ಶುಭಾರಂಭವಾಗಿರುವುದು ನೋಡಿ ನನಗೆ ಹಾಗೂ ನನ್ನ ಗ್ರಾಮದ ಜನರಿಗೆ ಎಲ್ಲಿಲ್ಲದ ಹೆಮ್ಮೆಯ ವಿಷಯ. ಶ್ರೀ ಹುಲಿಕಂಠೇಶ್ವರ ಮಹಿಮೆ ಅಪಾರವಾದದ್ದು. ಅವನ ದಯೆ ಮತ್ತು ಕೃಪೆಗೆ ಪಾತ್ರರಾಗಿ ಬಹಳಷ್ಟು ಭಕ್ತರು ತಮ್ಮ ಜೀವನವನ್ನು ಸಾರ್ಥಕ ಮಾಡಿಕೊಂಡಿರುವುದು. ಹಾಗೂ ಕೆಲವರು ತಮ್ಮ ಇಷ್ಟದಂತೆ ದೇವರ ಮುಂದೆ ಬೇಡಿಕೊಂಡು ಪ್ರತಿಫಲ ಪಡೆದು ಧನ್ಯರಾಗಿದ್ದಾರೆ. ಇಂತಹ ಅಪಾರವಾದ ನಂಬಿಕೆಗೆ ಪಾತ್ರರಾದ ಭಕ್ತರು ಪ್ರತಿ ಅಮವಾಸ್ಯೆ ಹಾಗೂ ಹಬ್ಬಕ್ಕೆ ಬಂದು ಅವನ ದರ್ಶನ ಪಡೆಯುತ್ತಾರೆ. ಇಂತಹ

• 61 •

ಪವಾಡಗಳು ಹೊಂದಿರುವಂತಹ ಶ್ರೀ ಹುಲಿಕಂಠೇಶ್ವರ ಕುರಿತು ಒಂದು ಪುಸ್ತಕ ರೂಪಕ್ಕೆ ತರುತ್ತಿರುವ ಶ್ರೀ ನಾಗರಾಜ ಕುಂಬಾರ ಇವರ ಪ್ರಯತ್ನ ನಿಜಕ್ಕೂ ಶ್ಲಾಘನೀಯ.

ಇವರು ಬರೆದಂಥ ಕೆಲವು ಬರಹಗಳನ್ನು ನಾನು ಓದಿದ್ದೇನೆ. ಅದರಂತೆ ಇವರು ಶ್ರೀ ಹುಲಿಕಂಠೇಶ್ವರ ಪವಾಡಗಳ ಕುರಿತು ಅವರು ಸಂಗ್ರಹಿಸಿದ ಎಲ್ಲಾ ಘಟನೆಗಳನ್ನು ಕುರಿತು ನೋಡಿದಾಗ ಅವುಗಳು ತುಂಬಾ ನೈಜ ಮತ್ತು ವಾಸ್ತವಿಕತೆಗೆ ಹತ್ತಿರವಾಗಿದ್ದು ಬಹಳ ಸರಳ ರೀತಿಯಲ್ಲಿ ಮೂಡಿಬಂದಿವೆ. ಇದು ಶ್ರೀ ಹುಲಿಕಂಠೇಶ್ವರ ಭಕ್ತರಲ್ಲದೆ ಪ್ರತಿಯೊಬ್ಬರು ಓದಲೆಬೇಕಾದಂತಹ ಕೃತಿಯಾಗಿದೆ. ಅಷ್ಟು ಕ್ಲಿಷ್ಟಕರವಾದ ಘಟನೆಗಳನ್ನು ಶ್ರೀ ನಾಗರಾಜ ಅವರು ಇಷ್ಟೊಂದು ಸರಳ ರೀತಿಯಲ್ಲಿ ಮೂಡಿಸಿದ್ದು ಇನ್ನೂ ಅದ್ಭುತ. ಇನ್ನು ಮುಂದೆಯು ಕೂಡಾ ಶ್ರೀ ನಾಗರಾಜ ಅವರಿಗೆ ಇಂತಹ ಕೃತಿಗಳನ್ನು ಹೊರತರುವ ಶಕ್ತಿ ಕೊಡಲೆಂದು ಹಾಗೂ ಇವರ ಮನೋಕಾಮನಾ ಸದಾ ಪೂರೈಸಲೆಂದು ನಾನು ಶ್ರೀ ಹುಲಿಕಂಠೇಶ್ವರರಲ್ಲಿ ಹೃತ್ಪೂರ್ವಕ ಬೇಡಿಕೊಳ್ಳುತ್ತೇನೆ.

-ಯಲ್ಲಲಿಂಗ ಕ್ಯಾಸಾ

ಶ್ರೀ ಗುರುಪಾದಲಿಂಗ ಶೀವಯೋಗಿ ಬಬಲಾದಿ ಮುತ್ಯವರು ಶ್ರೀ ಹುಲಿಕಂಠೇಶ್ವರ ಕೃತಿ ಬಿಡುಗಡೆ.

ಉರಿನಗ್ರಾಮಸ್ಥರ ನಡುವೆ ಶ್ರೀ ಹುಲಿಕಂತೇಶ್ವರ ಕೃತಿ ಶ್ರೀ ಗುರುಪಾದಲಿಂಗ ಶೀವಯೋಗಿ ಬಬಲಾದಿ ಮುತ್ಯವರಗಳಿಂದ ಬಿಡುಗಡೆ